जिगर

कन्नड लेखक
'अग्नी' श्रीधर

अनुवाद
उमा कुलकर्णी

D9900376

मेहता पब्लिशिंग हाऊस

✆ +91 020-24476924 / 24460313

Email : info@mehtapublishinghouse.com
production@mehtapublishinghouse.com
sales@mehtapublishinghouse.com

Website : www.mehtapublishinghouse.com

JIGAR by 'AGNI' SHRIDHAR

Translated in Marathi Language by Uma Kulkarni

जिगर / अनुवादित कादंबरी

अनुवाद : उमा कुलकर्णी
१०९८/११ब, 'पार्थ हेरिटेज', मॉडेल कॉलनी,
पुणे - ४११०१६. ✆ ०२०-२५६५९०६३

मराठी अनुवादाचे व प्रकाशनाचे हक्क मेहता पब्लिशिंग हाऊस, पुणे.

प्रकाशक : सुनील अनिल मेहता, मेहता पब्लिशिंग हाऊस,
१९४१, सदाशिव पेठ, माडीवाले कॉलनी, पुणे – ४११०३०.

मुखपृष्ठ : चंद्रमोहन कुलकर्णी

प्रथमावृत्ती : एप्रिल, २००९ / जुलै, २०१२

ISBN 978-81-8498-018-9

माणसामधील माणूसपण जागं करतं तेच खरं शिक्षण.

अनुवादिकेचे मनोगत

सुमारे तीन-चार वर्षांपूर्वी बेळगावचे कन्नड कथाकार, नाटककार अनुवादक आणि चित्रकार प्रा. डी. एस. चौगुले यांच्याशी गप्पा मारताना आजच्या कन्नड साहित्याचा विषय निघाला, तेव्हा त्यांनी 'अग्नी' श्रीधर आणि त्यांच्या 'अेदेगारिके' या लघुकांदबरीविषयी सांगितलं. पाठोपाठ ही कादंबरी लगोलग आम्हाला मिळवून द्यायचीही व्यवस्था केली.

कादंबरीनं प्रथम वाचनातच पकड घेतली. पण त्या वेळी मी एका सिरियलच्या लेखनात पूर्णपणे गुंतल्यामुळे अनुवादाचं काम लगेच हाती घेणं शक्य नव्हतं. अग्नी श्रीधरांच्या पी. अे आणि त्यांच्या मित्राच्या कन्या सुमना कित्तूर या फोनवरुन पाठपुरावा करत राहिल्या.

एक दिवस सुप्रसिद्ध अभिनेते श्री. अतुल कुलकर्णी यांनी माझ्याशी संपर्क साधला. त्यांना या कादंबरीचा अनुवाद काही कारणासाठी लगोलग करुन हवा होता. अशा प्रकारे 'दुहेरी इंजिन' लागल्यामुळे मी हातातलं काम बाजूला सारुन या कादंबरीचा अनुवाद हाती घेतला.

या कादंबरीचे लेखक 'अग्नी' श्रीधर यांनी ही कादंबरी लिहिणं यात खरोखरच औचित्य आहे! इथं या लेखकाविषयी जाणून घेणं महत्त्वाचं आहे. अलीकडे ते 'अग्नी' नावाचं साप्ताहिक चालवत असल्यामुळे त्यांना 'अग्नी' श्रीधर या नावानं ओळखलं जातं.

श्रीधर यांचा जन्म २० मार्च १९५५ चा. वडील तम्मेगौडा हे शिक्षक होते. नोकरीच्या निमित्तानं त्यांची बऱ्याच छोट्या छोट्या गावी भ्रमंती चाले. रामनगर, कनकपूर, मैसूर, बेंगळूर अशा गावांमधून श्रीधर यांचं शिक्षण झालं. बीएससी नंतर त्यांनी एलएलबी साठी प्रवेश घेतला.

या काळात त्यांना प्रसिद्ध पत्रकार आणि लेखक कै.पी.लंकेश,

के. एम. शंकरप्पा, कल्ले शिवोत्तम राव आणि प्रा. एम. डी. नजुंडस्वामी यासारख्यांचा सहवास लाभला. 'समाजवादी युवाजन सभे'च्या मार्फत त्यांचा लोहियावादी चळवळींशी संपर्क आला. यावेळी पी. लंकेश 'अनुरुप' नावाचा चित्रपट निर्माण करत होते. त्यात त्यांनी नायकाची भूमिका साकारली, त्याच बरोबर सह-दिग्दर्शनाचीही जबाबदारी पेलली.

१९८६ च्या सुमारास त्यांच्या जीवनात अनपेक्षित वळण आलं.

होस्टेलमध्ये राहात असताना तिथल्या मित्रांबरोबर रात्री फेरफटका मारायची आवड निर्माण झाली. या वेळेपर्यंत त्यांनी कराटे - पटू म्हणून लौकीक मिळवला होता. एका मित्रानं एखाद्याच्या न कळत ब्लेड मारून जखमी करायची कलाही शिकवली होती. हॉस्टेलच्या शेजारी एक झोपडपट्टी होती. तिथे आसपास टोळी युद्ध चालायचं. अशाच एका टोळीयुद्धात ही मुलंही ओढली गेली आणि रामचंद्र कोतवाल या गुंडांच्या टोळीकडून श्रीधर यांच्या भावावर हल्ला केला गेला. भाऊ जबर जखमी झाला आणि त्याला एक पाय कायमचा गमवावा लागला.

यानंतर सुरू झाला सुडाचा प्रवास!

श्रीधर यांनीही आपली एक टोळी करायला सुरुवात केली. बघता बघता तिनं बऱ्यापैकी बाळसं धरलं. श्रीधरना लीडर म्हणून मान्यता प्राप्त झाली. रात्री-अपरात्री मोटरसायकलवरुन बेंगळूरमध्ये भटकणं सुरू झालं. परिणामी चांगल्या वस्तीत राहायला जागा मिळणं अशक्य झालं. एकापाठोपाठ एक घरं सोडावी लागली.

त्यातच एकीकडे रामचंद्र कोतवालचा माग काढणं सुरूच होतं. त्याला हद्दपार केल्यामुळे तो बहुतेक वेळा गोव्यात राहायचा, पण मध्येच बेंगळूरमध्ये रात्रीच्या वेळी दिसल्याच्या बातम्या यायच्या.

श्रीधर 'अंडरवर्ल्ड' मध्ये दिवसेंदिवस गुरफटत चालले होते. कोतवालची माहिती काढण्यात त्यांना यश मिळत चाललं होतं. एका परिस्थितीत त्यांना कोतवालचा विश्वासही प्राप्त होता. आता सूड घेण्याची संधी हाताशी आली, पण तोवर 'अंडरवर्ल्ड' विषयी एवढं आकलन झालं होतं की व्यक्तिगत सूड ही त्यापुढे क्षुल्लक बाब झाली होती.

या जगाचा परस्परांशी असलेला संबंध, बाहेरच्या जगाशी, राजकारणाशी असलेला संबंध, इथल्या लोकांची मानसिकता या गोष्टींनी श्रीधर यांचं मन वेधून घेतलं होतं. कोतवालच्या खुनानंतर इतरांबरोबर त्यांनाही अटक

होऊन दोन वर्षांचा कारावास भोगावा लागला.

१९९७ च्या सुमारास त्यांनी विचारपूर्वक या 'अंडरवर्ल्ड' मधून बाहेर पडायचा निर्णय घेतला आणि तसे बाहेरही पडले. त्या अंधाऱ्या जगाकडून पुन्हा समाजाकडे त्यांचा सकारात्मक प्रवास सुरू झाला. ९८ साली त्यांनी 'अग्नी' हे साप्ताहिक सुरू केलं.

या साप्ताहिकातून त्यांनी स्वतःचे अनुभव लिहून प्रसिद्ध करायला सुरुवात केली. त्यातून त्यांच्या 'दादागिरीय दिनगळु' (दादागिरीचे दिवस) या आत्मचरित्रात्मक लेखनाचे तीन खंड निर्माण झाले.

त्याचबरोबर त्यांनी पुरोगामी विचारांच्या 'जनमत' या संघटनेची स्थापना केली. जातीयवाद आणि इतर प्रतिगामी विचार-प्रवाहाविरुद्ध लढा हे या संघटनेचं ब्रीद आहे.

श्रीधर यांचं अनुभवातून निर्माण झालेलं आत्मचरित्रात्मक लेखन अत्यंत प्रभावी आहे. त्यातील रामचंद्र कोतवालच्या हत्येचा प्रसंग मध्यवर्ती ठेवून श्रीधर यांनी 'आ दिनगळु' नावाचा एक कन्नड चित्रपट बनवला असून श्री. अतुल कुलकर्णी यांनी त्यातील श्रीधर यांची व्यक्तिरेखा साकारली आहे. या चित्रपटात 'अंडरवर्ल्ड'शी संबंधित राजकीय पुढाऱ्यांचा नावानिशी संदर्भ आल्यामुळे कर्नाटकात काही ठिकाणी त्या राजकीय गटांनी निदर्शनेही केली.

अशा लेखकानं लिहिलेली ही लघुकादंबरी!

पांढरपेशी आयुष्य जगताना खून-किडनॅप वगैरे घटना कानांवर येत असतात आणि त्यावरची आपली प्रतिक्रियाही मध्यमवर्गीयच असते! या कादंबरीत तिथं नेमकं काय आणि कसं चालतं, याचं वस्तुनिष्ठ चित्रण आहे.

या कादंबरीत 'पातक' हीच प्रमुख घटना आहे आणि सारी कादंबरी त्याभोवती फिरते. अशा पद्धतीच्या लेखनामध्ये गुन्हेगारी प्रवृत्तीचं 'वैभवीकरण' होण्याची शक्यता फार असते.

पण इथं तसं घडत नाही. या संपूर्ण लेखनाचा ओघ पश्चाताप आणि करुणेच्या मार्गानं पुढे वाहात राहातो. इथे घटनाक्रम येतो तो रोचकता वाढवण्यासाठी नव्हे, तर त्या पात्रांमधला आंतरिक कलह प्रतिबिंबित करण्यासाठी! हे पातक करण्यासाठी जो निर्विकारपणे सज्ज झाला आहे, त्याच्या अंतर्मनात खोलवर कुठंतरी स्थिरावलेलं प्रेम, स्नेह, विश्वास आणि विश्वासघात हे सारं इथं अत्यंत मानवी पातळीवर सामोरं

येतं. कादंबरी कमी पृष्ठांची असली तरी दुबई ते मुंबई, मुंबई ते बेंगळूर इथल्या 'अंडरवर्ल्ड' मधल्या अनेक धाग्यांचा दुवा दाखवते. हे दाखवताना श्रीधर यांच्या सखोल आणि विस्तृत वाचनाबरोबर विस्तीर्ण अनुभवविश्वाची अनुभूती येते. एकूण काय, हिंसेविषयी सांगता-सांगता अहिंसेचं प्रतिपादन करणारी ही कलाकृती माझ्या मनाला भिडली. त्यामुळेच मी या कादंबरीचा अनुवाद करायला प्रवृत्त झाले.

अनुवाद तयार होताच मी श्री. सदा डुम्बरे यांना वाचायला दिला. त्यांना तो आवडला. त्यामुळे त्यांनी तो २००७ च्या 'साप्ताहिक सकाळ'च्या दिवाळी अंकात 'जिगर' या नावानं प्रकाशित केला. तो प्रकाशित होताच वाचकांच्या अनेक प्रतिक्रिया आल्या. मी स्त्री असून किडनॅप-खून अशा विषयावरची अंडरवर्ल्डवरची कादंबरी अनुवादित करते, याबद्दल काही जणांनी सखेद आश्चर्यही व्यक्त केलं! आता ही कादंबरी 'मेहता पब्लिशिंग हाऊस' कडून प्रकाशित होत आहे. ही कादंबरी वाचणाऱ्यांना असं आश्चर्य वाटणार नाही अशी मला खात्री आहे!

हा अनुवाद करताना श्री. विरुपाक्ष कुलकर्णी यांचं नेहमीप्रमाण सहकार्य लाभलं आहे.

— **उमा वि. कुलकर्णी**

त्याला संपवणं अनिवार्य झालं होतं.

बॉसनं निरोप पाठवला तेव्हा सकाळचे दहा वाजले होते. दोन-तीन दिवसांपूर्वी बॉसनं त्याच्याविषयी माझ्याशी चर्चाही केली होती. मुंबईमध्ये आरामात राहाणारा हा, कारण नसताना बॉसला मारण्याच्या प्लॅनमध्ये गुंतला होता. त्यामुळं बॉस वैतागला होता.

मुंबईहून त्याच्या संदर्भात निरोप आले होते. त्याच्या वास्तव्याची जागाही समजली होती.

सकाळी स्वत: बॉस तो उतरलेल्या जागेवर हजर झाला, तेव्हा त्याचा थरकाप उडाला होता. पण अवाक्षरही न बोलता तो कारमध्ये येऊन बसला.

याला बंगळूरमध्येच संपवलं तर आज ना उद्या त्यातून डोकेदुखी निर्माण होईल, असं वाटल्यामुळं बॉसनं त्याला सकलेशपूरमधल्या एका नातेवाईकाच्या फार्मवर संपवायचा निर्णय घेतला होता.

बॉसला माझ्या सल्ल्याची नेहमीच कदर होती, त्यामुळं त्यानं मलाही आपल्याबरोबर यायला सांगितलं. मी निघालो. माझ्याबरोबर माझ्या एका खाजगी पोराला घ्यायला बॉसनं परवानगी दिली होती. शिवाय सोबत असलेली सगळी मुलं बॉसच्या विश्वासातली होती.

त्याला काही सांगितलं नव्हतं. मुंबईच्या बॉसच्या ॲडवायझरबरोबर त्याला बोलायला सांगितलं. तो आवाज म्हणाला, ''इकडं येऊन खुनाचा

कट केला, ते चुकलंच.''

त्यावर हा म्हणाला, ''मी हे करायला नको होतं, कबूल! पण माझ्या भाईनं सांगितल्यावर मी नाही म्हणू शकलो नाही!''

त्या वेळीही त्याचा आवाज थंड होता.

त्याच्या हातातून फोन घेतलेल्या बॉसला मुंबईच्या ॲडवायझरनं सांगितलं, ''उस को उडा दो!''

बॉसनं मला त्याच्याबरोबर राहायची जबाबदारी दिली. इतरांनी संधी साधून त्याची अवहेलना केली तर त्याला 'आपल्याला मारून टाकतील' हे त्याला समजेल, अशी बॉसला भीती होती. ते समजून त्यानं वाटेत आरडा-ओरडा केला, सोडवून घ्यायची धडपड केली तर अडचणीचं होईल असं वाटल्यामुळं बॉसनं फक्त मलाच त्याच्या संपर्कात राहायला सांगितलं.

बॉसचा माझ्यावर विश्वास होता.

मी त्याला प्रथम पाहिलं बॉसच्या खोलीत.

असेल तिशीचा. स्मार्ट. उजव्या कानात डूल. मुंबईच्या अंडरवर्ल्डमध्ये त्याचं बरंच नाव होतं. पण त्यावर विश्वास बसावा, असं एकही लक्षण त्याच्या चेहेऱ्यावर नव्हतं.

सभ्य आणि सुसंस्कृत होता त्याचा चेहरा.

मी जरा जोरातच माझं बोलणं सुरू केलं.

मुंबईमध्ये वास्तव्य असलं तरी, तो मूळचा मंगळूरचा असल्यामुळं त्याला कन्नड येत होतं.

''का रे? तुला कशाला पाहिजे होता हा नस्ता उद्योग? मुकाट्यानं कुले झाकून तुझ्यापुरतं मुंबईमध्ये राहायचं सोडून गेम करायला मुंबईला का आलास?''

एक-दोन क्षण शांततेत गेले. त्यानं माझ्याकडं पाहिलं. त्या चेहेऱ्यावर भीती- ऐवजी गांभीर्य होतं.

''तुमचं नाव नाही समजलं?''

सांगितलं.

''हे बघा, तुम्ही या फील्डमध्ये मुरलेले आहात. मलाही कुणीतरी वर

विचारणारं आहे. त्यांचंही नाव मोठं आहे! मीही त्यांच्या मिठाच्या ऋणात आहे. त्यांनी मला फिल्डिंगसाठी पाठवलं. आलो. यात माझं काय चुकलं?'

आता निरुत्तर व्हायची पाळी माझी होती.

फिल्डिंग म्हणजे काय, तेही मला समजलं. खास मुंबईचा शब्द. एखाद्याची शिकार करायची ठरल्यावर त्याच्या वागण्या-चालण्यावर नजर ठेवणं.

त्यानंच मौन मोडून विचारलं, ''मग? आता काय डिसाइड झालं?''

मी सहजच सांगितलं, ''वरच्यांनी बॉसला दोन दिवस गप्प राहायला सांगितलंय. थोडी हीट आहे. त्यामुळं तुम्हाला कुठं तरी घेऊन जायचा प्लॅन आहे.''

बाराच्या सुमारास आम्ही निघालो.

निघण्याआधी त्याला कसं न्यावं, यावर माझी आणि बॉसची चर्चा झाली. त्याला डोळे बांधून सीटखाली पाय ठेवायच्या जागी दडपून बसवणं योग्य ठरेल, असं बॉसचं म्हणणं. मला ते अनावश्यक वाटलं. त्याला मध्ये बसवून एकीकडं मी आणि दुसरीकडं एखादा तगडा तरुण बसला तर पुरेसं आहे, असं माझं मत मी बोलून दाखवलं. सर्कलमध्ये, रस्त्यावर पोलीस दिसताच त्यानं आरडा-ओरडा केला, तर मी मॅनेज करेन असंही बॉसला सांगितलं.

बॉसचा माझ्या शारीरिक ताकदीवर अपार विश्वास असल्यामुळं त्यानं ते मान्य केलं.

आम्ही बंगळूर सोडलं. बॉस, तो आणि आम्ही दोघं असे चौघेजणं व्हॅनमध्ये होतो. तीन तरुणांसह आमची एक मारूती कार आम्हाला फॉलो करत होती.

नेलमंगल ओलांडेपर्यंत व्हॅनमध्ये वातावरण नि:शब्द होतं. कुणिगल क्रॉसपाशी टपऱ्या आणि धाबे दिसताच त्यानं विचारलं, 'चहा घ्यायचा?'

बॉसची नजर माझ्या चेहेऱ्याकडं गेली. मीही बॉसकडं पाहिलं. ''थांबू या-'' म्हटलं.

व्हॅन रस्त्याच्या कडेला घेऊन मागच्या गाडीतल्या तरुणांना चहा

आणायला सांगितलं.

तिथं बरीच माणसं होती. हा ओरडला, पळून जायचा प्रयत्न केला तर?... हा प्रश्न माझ्याही मनात तरळून गेला.

पण तो निवांत दिसला. त्याला संपवण्याचा निर्णय झाल्याचं ठाऊक नसल्यामुळं तो तसा असावा, असं मला वाटलं.

त्यानं सिगारेट शिलगावली, मलाही ऑफर केली. मी ओढत नसल्याचं सांगून नकार दिला.

दोघंजण व्हॅनशेजारी आले, कुणिगलपर्यंत लिफ्ट मागू लागले. आम्ही नकार दिला.

त्यानं बॉसला विचारलं, "टेन्स दिसता! का बरं?"

"काही नाही. सहजच..." बॉस उतरला.

मी आणि बॉस गाडीतून उतरून काही पावलं चालत गेलो.

"बघितलंस की नाही, कसा स्मार्ट आहे! करायचं ते करून आता विचारतोय, टेन्स का दिसता म्हणून!" बॉसच्या आवाजात असमाधान होतं.

मी म्हटलं, 'आपल्याला संपवणार आहेत, याची शंका आलेली दिसत नाही याला! होय की नाही?'

"न यायला काय झालं? पण दाखवत नाही तो! चलाख आहे!" बॉस म्हणाला.

चहा पिऊन आम्ही पुढं निघालो.

आता वातावरण थोडं-फार रिलॅक्स झालं होतं. 'हासन' मध्ये जेवायला थांबलो. तो पळायचा प्रयत्न करणार नाही, असा विश्वास आम्हा सगळ्यांच्याच मनात निर्माण झाला होता.

तोही निवांतपणे जेवला. नंतर लघवीसाठी गेला तेव्हा बॉसनं नजरेनंच दोघांना त्याच्या पाठोपाठ जायला सांगितलं.

पण त्याची काहीही गरज नव्हती.

आम्ही हासन सोडलं तेव्हा पाच वाजले होते.

हासन सोडून जेमतेम दहा मिनिटं झाली असतील- नसतील वाटेत एक पोलीस जीप आणि मारूती व्हॅन उभी होती. पोलिसांनी गाडी थांबवण्यासाठी हात केला. पण कुठल्याही परिस्थितीत गाडी न थांबवण्यासाठी सूचना बॉसनं गाडी चालवणाऱ्या मुलाला दिली.

आता बॉस गोंधळला. माझ्याकडं पाहिलं. आम्ही घाबरलो.

बॉस आणि इतर दोन मुलांकडं पिस्तुलं होती. चेक केलं आणि पिस्तुलं सापडली तर आम्ही अडकून पडण्याचा धोका होता. शिवाय या पकडा-पकडीत तो निसटला असता.

पोलीस जीप आणि व्हॅन आमचा पाठलाग करू लागली.

तसा आमच्यावर कुठलाच आरोप नव्हता. कुणीतरी अंदाजानं आमच्या गाडीकडं बोट दाखवलं असावं. गाडी थांबवणं योग्य ठरेल, असं मी बॉसला बोलून दाखवलं. गाडी वेगात असताना पिस्तुलं खिडकीबाहेर फेकू या, असंही सांगितलं.

ते अनिवार्य होतं. आम्ही पोलिसांच्या जीपपासून बऱ्याच अंतरावर होतो. एका वळणावर तिन्ही पिस्तुलं ठेवलेली पिशवी आम्ही फेकून दिली. नशीब! तो भाग निर्जन असल्यामुळं ती कुणालाही दिसली नाही. थोड्या अंतरावर आम्ही व्हॅन थांबवली.

जीप वेगानं पुढं आली आणि रस्ता उडून जाईल अशी धूळ उडवून आमच्या वाटेत आडवी उभी राहिली. पाठोपाठ मारूती व्हॅन होतीच.

जीपमधून उतरलेल्या इन्स्पेक्टर आणि पाच-सहा जणांनी आमच्या जीपला घेरलं.

एका व्हॅनमधून अर्धा टन टक्‌वुड नेत असल्याची टीप पोलिसांना मिळाली होती. म्हणून त्यांनी आम्हाला हटकलं होतं. आम्ही न थांबता निघून गेल्यामुळं त्यांना संशय आला होता. आमच्या व्हॅनच्या मागच्या काचा पूर्णपणे बंद असल्यामुळं त्यांचा संशय बळावला होता. म्हणून त्यांनी आमचा पाठलाग केला.

इन्स्पेक्टरनं जोरात विचारलं, "आम्ही हात केला तेव्हा का नाही थांबवली गाडी?"

पोलिसांना बघितलं की कापरं भरायची बॉसला सवय होती.

मी समजुतीच्या स्वरात म्हटलं, "संध्याकाळी सात वाजता एक फंक्शन आहे, सर! म्हणून वेगानं चाललो होतो. मनात कसलंही गिल्ट नव्हतं ना,

सर म्हणून थांबलो नाही.''
इन्स्पेक्टरनं माझ्याकडं दृष्टी टाकली आणि विचारलं, ''काय करता?''
''आय ॲम ॲन ॲडव्होकेट!''
अवाक्षर न उच्चारता इन्स्पेक्टरनं जायची परवानगी दिली.

थोडं अंतर गेल्यावर आम्ही गाडी थांबवून मागच्या गाडीला पिस्तुलांची पिशवी आणायला सांगितली. त्यांच्याबरोबर आमच्या गाडीतला मुलगाही गेला.

तोही स्वतःशी मग्न होऊन आकाश बघता बघता सिगारेट ओढत होता. मी त्याच्याकडं पाहत होतो. हे लक्षात येऊन त्यानंही माझ्याकडं प्रश्नार्थक मुद्रेनं पाहिलं.
काहीही न बोलता मी निःश्वास सोडला.
किमान नजरेनं का होईना, पोलिसांना आपल्या परिस्थितीची जाणीव करून देऊन तो आमच्या तावडीतून निसटायचा प्रयत्न करेल, अशी शक्यता आम्हा सगळ्यांच्याच मनात तरळून गेली होती.
पण तो काहीच न करता बसून होता. त्याला घेरून टाकणारी मृत्यूची छाया त्याला दिसली तर नसेल?

पंधरा मिनिटांतच मुलं पिशवी घेऊन माघारी आली. ती येईपर्यंत बॉसच्या मनात धाकधूक होती. पिशवी कुणी उचलून नेली तर काय करायचं, म्हणून तो चडफडत होता.
बॉसचा पिस्तुलांवर जरा जास्तच लोभ होता.
आम्ही पुन्हा निघालो.

सुमारे सात वाजता आम्ही सकलेशपूरला पाहोचलो. तिथल्या प्लँटर्स क्लबमध्ये आम्ही विश्रांतीसाठी थांबलो. तिथं काम करणाऱ्यांची बॉसशी ओळख होती. त्यांनी मोठ्या आस्थेनं आमचं हवं नको बघितलं.

एकीकडं बॉसशी पुढं काय करायचं, यावर बोलणं झालं. पोलिसांनी हटकलं तेव्हा हा काय करेल, अशी बॉसलाही भीती वाटली होती.

"तसं झालं असतं तर काय करायला पाहिजे होतं?" त्यानं कुतूहलानं विचारलं.

"त्यासाठी आता डोकं कशाला तापवून घ्यायचं?" मी म्हटलं.

"आपण त्याला मिस करणार आहोत, हे समजलं नसावं त्याला!" बॉस म्हणाला.

प्लँटर्स क्लबपासून फार्म सहा मैलांवर होता. बॉसनं सांगितलं, "इथंच जेवू. नऊ नंतर निघूया."

त्याला दुसऱ्या दिवशी संपवायचं पक्कं झालं होतं.

त्यानं गंभीरपणे अर्धी बाटली बियर रिचवली. मधूनच एखादी नजर आमच्याकडं टाकणं सोडलं तर तो एकाग्रपणे बाटलीकडंच पाहत होता.

आम्ही मोठमोठ्यानं गप्पा मारत होतो. खरोखरच हसण्यासारखं काही असेल, तेव्हा तो फक्त जिवणी रुंदावत होता.

साडेनऊच्या सुमारास फार्मवर पोहोचलो.

आधीच ठरल्याप्रमाणं बॉसच्या कझिननं झोपायची सगळी व्यवस्था केली होती. इंजिनियरींग पुरं केल्यावर नोकरी करायची इच्छा नसल्यामुळं त्या कझिननं हा फार्म घेतला होता.

सर्वत्र अंधार पसरला होता. त्या अंधारातही भोवतालच्या मोठमोठ्या वृक्षांचे आकार दिसत होते.

बॉस आणि तो घरात गेले. आम्ही काही वेळ बाहेर फिरलो. जवळपास नजरेच्या टप्प्यात एकही माणूस किंवा घर नजरेला पडलं नाही.

आमच्यापैकी एकजण म्हणाला, 'आज रात्रीच याला खतम केलं तर बरं होईल.'

सुमारे अकरा वाजता झोपलो. तो बॉसबरोबर खोलीत झोपला होता. आम्ही बाहेरच्या हॉलमध्ये. त्याआधी बॉसच्या रूमला बाहेरून कडी घातली.

मला लगेच झोप लागली नाही. माझ्या मनात तो भरला होता. नेलमंगलच्या धाब्यापाशी, हासन सोडल्यावर पोलिसांनी पाठलाग करून

हटकलं तेव्हा त्याला पळून जायचा प्रयत्न करता आला असता. पण त्यानं तसा किंचितही प्रयत्न केला नाही. मृत्यूच्या गुहेत प्रवेश करण्यासाठी तो सिद्ध असल्यासारखा वाटला.

कधीतरी वाचलेली एक घटना मला पुन्हा पुन्हा आठवून छळू लागली.

कॅलिफोर्नियामधील कॉर्पोरेशनची माणसं दोन मांजरांना पकडून गॅस चेंबरमध्ये टाकण्यासाठी घेऊन जात असतात. व्हॅनमधून नेताना त्यापैकी एक मांजर बाहेर उडी मारते आणि पळून जाते. दुसरं मांजर मात्र गंभीरपणे बसून राहते. पळून जायचा अजिबात प्रयत्न करत नाही.

एक तत्त्वज्ञ लेखकाला विचारतो, 'या दोन मांजरांमधलं तुम्हाला कुठलं आवडलं?'

लेखक उत्तरतो, 'पळून जाणारं मांजर!'

'का?'

'कारण ते स्वतःच्या मृत्यूविरूद्ध झगडतंय. ही इज हिरॉईक!'

तत्त्वज्ञ हसत म्हणतो, 'मृत्यूला सामोरं जाणारं मांजरही हिरॉईक असू शकेल! पळून जाणारं मांजर भेकड असू शकेल! कदाचित ते याहूनही वाईट मृत्यूला सामोरं जाईल!'

लेखकाला हे पटत नाही.

एवढ्यात व्हॅनमधून उडी मारून पळून गेलेलं मांजर एका कारखाली येऊन तडफडून मरतं.

लेखक अवाक् होऊन पहात उभा राहतो. त्यालाही मृत्यूला सामोरं जाण्यासाठी सज्ज असलेलं मांजर प्रिय वाटतं.

मला तो मृत्यूला सामोरं जाण्यासाठी तयार असलेल्या मांजरासारखा वाटू लागला.

आपण मृत्यूला सामोरं जात आहोत, ही जाणीवही याला नसेल?

तासाभरानं माझा डोळा लागला.

झोपायला कितीही उशीर झाला तरी पहाटे पाच वाजता उठून व्यायाम करायची माझी सवय होती. रात्री अंगणात फिरून भोवतालच्या वातावरणाचा

अंदाज घेतला असला तरी साप-किड्यांची शक्यता लक्षात घेऊन मी सहाच्या सुमारास बाहेर पडलो.

अंधार कमी होऊन बाहेरचं अंधुक दिसायला सुरुवात झाली होती.

उजव्या बाजूला चढावर मोठे मोठे वृक्ष होते. तिथं गेलो, वॉर्मअप् करून शरीर हलकं केलं आणि 'किक्' करू लागलो.

एकदा घराकडं पहिलं. तो बॉस झोपलेल्या खोलीच्या खिडकीपाशी उभा होता. माझ्या मूव्हमेंट्स तो लक्ष देऊन पाहत होता.

मी त्याच्यापाशी गेलो. त्याच्या बोटांमध्ये सिगारेट होती. ''गुड मॉर्निंग'' म्हटलं.

ओठावर बोट ठेवून त्यानं बॉस अजून झोपल्याचं नजरेनंच सांगितलं. मी हळूच विचारलं, ''एवढ्या लवकर का उठलास?''

त्यालाही लवकर उठायची सवय असल्याचं त्यानं सांगितलं.

हलकेच म्हणाला, ''मलाही बाहेर यायचंय. पण दाराला बाहेरून कडी आहे.''

त्यानं ती काढायला सांगितली नाही. त्यामुळं मीही 'जमणार नाही' असं सांगितलं नाही.

''तुमच्या किकिंग्स् फारच सुपर्ब आहेत! किती वर्षांपासून प्रॅक्टिस करता?''

''पंधरा वर्षं झाली असतील!'' अभिमानानं उत्तरलो.

''फारच अप्रतिम! नजरेला फार आल्हाददायक दृश्य होतं ते! निदान आज तरी हे बघण्याचं लक आहे ना! उद्याचं कुणी सांगितलं?''

माझ्या नजरेत आपली नजर रोखून म्हणाला तो. त्या गारठ्यातही माझ्या मनात विषाद दाटून आला. काही न बोलता मीही त्याच्या नजरेत नजर मिसळली. एक खोल, असह्य मौन दोघांमध्ये पसरलं.

तो रविवार होता.

अर्थात कोणताही वार असला तरी त्या फार्मवर फरक व्हायचं कारण नव्हतं.

पण आजही, तो रविवार असल्याचं माझ्या लक्षात राहण्याचं एक तसंच कारण आहे. गेली अनेक वर्षांची माझी एक सवय आहे. दर रविवारी इंडियन एक्सप्रेसमध्ये येणारं चेसचं कोडं सोडवल्याशिवाय मला

चैन पडत नाही.

त्या दिवशीही सकलेशपूरला निघालेल्या बॉसच्या मुलांना मी पेपर आणायला सांगितला होता, पण तो मिळाला नव्हता.

दहा वाजता सगळ्यांचा नाश्ता झाला.

फार्मवर जुगारात झुंजवण्यासाठी चार कोंबडे तयार केले होते. मी कधीही कोंबड्यांची झुंज पाहिली नव्हती.

बॉसला कुठल्याही प्रकारच्या जुगारात पराकोटीचा रस होता. त्यात कोंबड्यांच्या झुंजीविषयी तर अतोनात प्रेम!

दोन कोंबडे निवडून त्यांना चाकू बांधण्यात आले. आणि झुंज लावण्यात आली. मला कोंबडे या प्राण्यात किंचितही रस नाही. अत्यंत अशक्त आणि निकृष्ट जीव!

पण त्यांची झुंज पाहताना माझं हे मत बघता-बघता बदलून गेलं. मरेपर्यंत, अगदी शेवटच्या क्षणापर्यंत ते झुंजतात! त्यांचा राग, त्वेष यांना तुच्छ लेखायची आपली छातीच होऊ शकत नाही!

कोंबडे जीव खाऊन झुंजत होते. बॉस अगदी इमोशनल होऊन त्यात गुंतला होता. धुळीत पडलेल्या कोंबड्याला चेतवत होता. दोन्ही कोंबडे रक्तबंबाळ झाले होते.

अखेर त्यापैकी एकानं तिथंच जीव सोडला. त्याला शिजवण्यासाठी नेण्यात आलं.

बॉस म्हणाला, ‘‘आपला तरी एवढा कसला हट्ट हा? हे कसलं फायटिंग स्पिरीट? मी काय म्हणालो, लक्षात येतंय ना? लहानपणापासून आपण ही झुंज पाहत आलोय! एकीकडं कितीही वाईट वाटलं तरी शेवटपर्यंत आपण ती पाहतच राहातो! डोळ्यांची पापणीही न हलवता!’’

अकरा वाजून गेल्यावर बॉस ‘मंगळूरला जाऊन येतो’ असं सांगून निघून गेला.

त्या रात्री त्याला संपवायचं ठरलं होतं. त्याला ‘मिसिंग’ करून त्यानंतर कसलाही पुरावा राहू नये, यासाठी काय करायचं याची संपूर्ण योजना बॉसनं मला सांगितली होती. त्यासाठी निवडलेली जागा, केलेली तयारी या विषयीही आमचं विस्तारानं बोलणं झालं होतं. त्या तयारीवरून मी

स्वत: एकदा नजर टाकून, काही त्रुटी राहिली नाही ना, हे बारकाईनं बघायला सांगितलं होतं.

निघताना त्यानं इतरांनाही बोलावून त्याच्याशी फारशा गप्पा मारायच्या नाहीत, असं बजावलं. त्याच्या संदर्भात जे काही असेल ते फक्त मी बघून घ्यायचं, असा नियम केला. त्याला वगळता, आम्ही तिथं सहाजणं होतो.

आम्ही चौघं आणि तो पत्ते खेळायला बसलो. इतर दोघांना हा खेळ येत नसल्यामुळं ते बाहेर फिरत होते.

अडीचशे पॉईंटचा सिंडीकेट.

तीन डाव खेळलो. तिन्ही तोच जिंकला.

पाचशे रुपयांचं सिंडीकेट. एकूण सहा हजार रुपये तो जिंकला. खेळायला बसण्याआधीच आम्ही त्याला जिंकू द्यायचं ठरवलं होतं. शिवाय तोही चांगला खेळत होता. तरीही नशिबावर आधारलेल्या त्या खेळात त्याला योग्य ती पानं येण्यापेक्षा आम्हीच त्याला सोयीस्कर असलेली पानं टाकत होतो.

तीन डाव झाल्यावर खेळ थांबला. मला आणि त्याला सोडून सगळे बाहेर निघून गेले. चटईवर, भिंतीला टेकून आम्ही दोघंही जमिनीवर बसलो. त्याच्या हातात पत्त्याचा कॅट होता. तो एकटाच पत्त्यांचा डाव मांडत होता.

त्याच्या हालचालींकडं मी विषादानं पाहत होतो.

मान वर न करता त्यानं विचारलं, ''तुम्ही मला का जिंकू दिलंत?''

मला खरोखरच शॉक बसला. काय उत्तर द्यायचं?

''तसं काही नाही! कार्डस आली, तुम्ही जिंकलात. हरणं कुणाला आवडेल?''

त्याच्या चेहेऱ्यावर हलकं हसू उमटलं.

''हरल्यामुळं फायदा होणार असेल तर हरणं स्वाभाविक नाही का?''

''म्हणजे?''

''हे बघा! मी पाईंटस मोजताना बघत होतो. मी टाकलेली पानं तुम्हाला हवी असतानाही तुम्ही उचलली नाहीत!''

संभाषण वाढवायचं नाही असं ठरवून मी त्याच्याकडं पहात राहिलो. एक दोन प्रश्न विचारून संभाषण वाढवायचा प्रयत्न विफल झाल्यावर

त्यानं विचारलं,

'रात्रीच का संपवलं नाही?'

काहीच न समजल्यासारखा चेहेरा करून मी त्याच्याकडं पाहिलं. माझ्या छातीचे ठोके वाढले होते.

"कमॉन! तुम्ही मला संपवणार आहात, हे मला ठाऊक आहे. पण उशीर का करताय, हे मात्र कळत नाही!"

हा प्रसंग घडला तेव्हा मी काही निष्पाप-निरागस नव्हतो. त्या वेळेपर्यंत काही हत्या माझ्या नावावर जमा झाल्या होत्या. पण, असं कधीही घडलं नव्हतं. ज्याचा खून होणार असतो, त्या व्यक्तीला तासभर आधीही आपला खून होणार आहे हे ठाऊक नसतं. पण हा? छे:!

"हे पहा! तुम्ही विश्वास ठेवता की नाही, मला ठाऊक नाही! पण बॉसनं, निदान माझ्याशी तरी, तुम्हाला संपवण्याविषयी चर्चा केलेली नाही!"

"बॉसनं फक्त तुमच्याशीच याविषयी चर्चा केलेली आहे! पण ती सांगायची तुमची इच्छा नाही!, तो दृढपणे म्हणाला, "ते स्वाभाविकच आहे म्हणा!"

आता माझ्या मनात अनेक प्रश्न उमटू लागले.

आपली हत्या होणार आहे, हे ठाऊक असूनही यानं पळून जायचा प्रयत्न का केला नाही? तशी संधी असतानाही? सुटकेसाठी हा कुणाच्याच हाता-पाया का पडत नाही?

"तुम्हाला आश्चर्य वाटतंय ना? काल पोलिसांनी अडवलं तेव्हा मी ओरडू शकलो असतो. तसं केलं असतं तर मी भेकड ठरलो असतो. तुमच्यापासून बचावलो असतो तरी माझी सुटका झाली नसती. मुंबईमधल्या आठ-दहा खुनांच्या केसेस माझ्यावर आहेत. इथल्या पोलिसांनी मला एन्काऊंटर केलं असतं. त्यांच्या लाथा खाऊन, इतरांची नावं सांगून मरण्यापेक्षा तुमच्यासारख्यांच्या हातानं मरणं चांगलं, नाही का?"

माझा त्याच्या बोलण्यावर विश्वास बसला नाही.

कुठला का सजीव असेना, मृत्यू जवळ येताच सर्वशक्तीनिशी झगडा देतो. तो गुन्हेगारीच्या जगात मुरला होता. अगदी नखशिखांत बुडाला होता. अंगावर आलेल्या लाठीपासून डोकं बचावलं तर पुढं काहीही होऊ

शकतं, हे सामान्यज्ञान त्याला असलंच पाहिजे. वाटलं, माझ्या तोंडून आपल्याला संपवणार असल्याचं वदवून घेण्याचा याचा हा प्रयत्न असावा. किंवा माझ्याकडून सहानुभूती मिळवून इथून निसटण्याचा प्लॅन याच्या डोक्यात असावा.

मी ठामपणे सांगितलं,

"हे बघा! तुम्ही विचारताय किंवा विचार करताय त्यात काहीही अर्थ नाही! तुम्हाला संपवायचंच असतं तर बंगळूरमध्ये जागा नव्हत्या? तुम्हाला एवढ्या लांब आणायची रिस्क आम्ही तरी कशाला उगाच घेतली असती? तुम्हाला तिथंच खतम केलं असतं तर कोण कंप्लेन्ट करणार होतं? अन-आयडेन्टिफाईड बॉडी म्हणून पोलिसांच्या रेकॉर्डमध्ये नोंद झाली असती. होय की नाही?"

तो हसू लागला पण त्याला विषण्णतेची छाया होती.

"तुम्ही लॉजिक लावून माझं तोंड बंद करताहात! पण सत्य काय आहे ते दोघांच्याही मनाला ठाऊक आहे! एनी वे! तुम्ही स्वतंत्र आहात! मी फोर्स करणार नाही. आज रात्री मी निश्चितपणे जाणार आहे, हे मला ठाऊक आहे. मी हे का विचारतोय, तेही सांगतो. तुम्ही येस म्हटलं तर माझ्या काही पर्सनल गोष्टी तुम्हाला सांगायच्या आहेत."

यावर काय बोलावं ते मला समजेना.

मी कितीही सावधपणे आणि चतुराईनं वागलो तरी याला आमचा उद्देश समजल्याशिवाय राहाणार नाही, हे तर सिद्धच होतं. त्याचबरोबर आणखी जेमतेम दहा-बारा तासांनंतर जो जिवंत नसणार आहे, त्याची इच्छा, दुःख, निराशा, आकांक्षा समजून घेण्याचं कुतूहलही जागृत होऊ लागलं.

"हे बघा! माझ्या माहितीप्रमाणे तुम्हाला काहीही करणार नाही. पण मी काही बॉस नाही! निर्णय घ्यायची जबाबदारी आणि हक्क केवळ त्यालाच आहे. शिवाय, जगण्याची गॅरंटी कोण कुणाची देणार? उद्या आम्ही सगळेही कदाचित रोड-ॲक्सिडेंटमध्ये मरून जाऊ! नाही का? आपण जीवनात काहीही कमावू शकू, बट कॅन वुइ प्रिव्हेंट डेथ? मरणार आहोत असं गृहीत धरा आणि तुम्हाला जे सांगायचं आहे ते सांगा."

हसला. खदखदून हसला.

"चला! शेवटी, तुम्ही मान्य केलंत तर! कुणालाही ते, म्हणजे

आजचं माझं मरण चुकवता येणार नाही! ते माझं नशीब! चला, जेवून घेऊ या. त्यानंतर मी तुमच्यावर काम सोपवणार आहे. नो! नो! मला वाचवायला नाही सांगणार! दुसरं एक पर्सनल काम आहे. ते करायचं की नाही, हे तुम्हीच ठरवायचं.''

जेवलो, तोही व्यवस्थित जेवला. ''काय टेस्टी आहे!'' म्हणत मनसोक्त फिश खाल्लं.

मला जेवण आवडलं नाही. मनात विचार तरळून गेला, याला पळून जायला का मदत करू नये?

बॉसच्या मुलांबरोबर वावरणाऱ्या माझ्या खाजगी पोऱ्याला एकीकडं घेऊन म्हटलं, 'का कोण जाणे! याला मारावसं नाही वाटत!''

त्या पोऱ्यानं सावध केलं, ''जे करायचं ते विचार करून ठरवा. घाईनं कोणताही निर्णय घेऊ नका!''

त्याचं म्हणणंही बरोबरच होतं. याला इथून पळवणं अजिबात अवघड नव्हतं. पण त्यानंतर काय घडेल याचा विचार करायचा इशारा त्यानं दिला.

''हा बंगळूरचा माणूस नाही. मुंबईचा आहे. आज ना उद्या तुम्हीच सपोर्ट देऊन वाचवलंत ही बातमी तो स्वतःच चारजणांना सांगेल. नंतर?''

त्याला पळून जायला मदत करायचा विचार मनात अंकुरत असतानाच माझ्या पोऱ्यानं मला आम्ही वावरत असलेल्या गुन्हेगारी जगातल्या नियमांची आठवण करून द्यायला सुरुवात केली.

''आणि मला वाटतं, तुमच्या हितसंबंधांपैकी कुणाला तरी पळून जायला तुम्ही मदत केली असती तर समजण्यासारखं होतं. पण हा मुंबईचा. तुमचा याच्याशी संबंध नाही. असं असताना बॉसच्या कामामध्ये कुचराई केली तर बॉस जाब विचारल्याशिवाय राहील काय? त्यावेळी काय उत्तर द्याल? एवढं वाटत असेल तर तुम्हीच बॉसला एका शब्दानं 'याला मारायला नको' असं सांगून बघा. पळू द्यायचा विचार मात्र नको!''

घरापासून थोड्या अंतरावर एका झाडाखाली उभं राहून आम्ही बोलत होतो. घरापुढच्या जागेत बसून तो आमच्याकडंच पाहत होता. एव्हाना चार वाजले होते. सात वाजेपर्यंत येईन असं बॉस सांगून गेला होता. त्यानंतर

जास्तीत जास्त दहापर्यंत काम संपवता येणार होतं. म्हणजे सगळे मिळून आणखी सहा-सात तास. बॉसला यायलाही आणखी तीन तास होते. इकडच्या तिकडच्या गप्पा मारत तो वेळ काढायचं ठरवलं.

बॉसची पोरं भोवताली वावरत होती. पण ती तितकीशी सावध वाटली नाहीत. माझ्यावर त्याची जबाबदारी आहे असं ठाऊक असल्यामुळं ती निवांत दिसत होती.

मी त्याच्याजवळ गेलो. त्याच्याजवळच्या सिगारेटस संपल्या होत्या.

"एक पॅक मागवून देणार?" त्यानं नम्रपणे विचारलं.

बॉसच्या पोराकडं पॅक्स होते. सहा-सात सिगारेटी असलेला एक पॅक घेऊन त्याला दिला.

त्यानं त्यातली एक काढून शिलगावली.

शांतपणे धूर सोडत त्यानं माझ्याकडं पाहिलं. नंतर बोलायला सुरुवात केली,

"तुम्ही नसता तर आज अगदी बोअर झालो असतो. वेळ काढणं अशक्य झालं असतं. खरोखरच मी लकी आहे. तुम्ही जवळ असल्यामुळं काही सांगावंसं वाटतं. सगळं सांगू शकेन असं वाटतं. उद्यापासून काहीही सांगणं शक्य नाही ना!"

"एकूण काय! तुम्हीच ठरवलंय, आज रात्री तुम्हाला संपवणार आहे, म्हणून!"

"मी ठरवलेलं नाही. हा मी ठरवायचा विषयही नाही! मला निश्चितपणे ठाऊक आहे!"

त्याच्या बोलण्यामुळं मी वैतागलो.

पण का?

त्याचं ते महान तत्त्वज्ञाच्या आविर्भावातलं बोलणं ऐकून की, तो एवढं बोलत असताना मी काहीही करू शकत नाही, या असहाय्य भावनेपोटी? कोण जाणे?

आपला उद्देश आणखी स्पष्ट होईल अशा प्रकारे मी पुन्हा ठासून म्हटलं, "हे बघा! पुन्हा पुन्हा तेच तेच सांगून काहीही उपयोग नाही. तुम्हाला ठार करायचं ठरलं तर ठार करू! पण मला यातलं काहीही ठाऊक नाही आणि ते माझ्या निर्णयकक्षेतही येत नाही. ते जाऊ दे. या व्यतिरिक्त काही बोलायचं असेल तर बोलू या."

ओठ घट्ट दाबून तो घशातून हसला, नंतर गप्प झाला. सिगारेटच्या धुराकडं काही क्षण लक्ष देऊन बघत त्यानं निःश्वास टाकला.

''तुम्ही सांगताय, तेही खरंच आहे म्हणा! पण ज्याला आपण मरणार आहे, हे ठामपणे ठाऊक आहे त्याच्या डोक्यात वेगळे विचार येत नाहीत. अशा वेळी कमीत कमी आपल्या मनात आहे ते सांगावंसं वाटतं. तुमच्या जागी मी अनेकदा होतो. त्यावेळी मला हे समजलं नव्हतं. मरणाऱ्या माणसाची मनस्थिती मला समजली नव्हती.''

माझी मलाच शरम वाटू लागली. अशा परिस्थितीत असलेल्या माणसाचं समाधान करून मन शांत होईल असं करण्याऐवजी त्याच्या मनात खंत निर्माण करणं हीनपणाचं वाटलं.

म्हटलं, ''तुम्हाला जे काही सांगायचं आहे, ते निवांतपणे सांगा.''

काही क्षण स्तब्ध राहून तो म्हणाला, ''तुम्ही या फिल्डसाठी फिट आहात असं वाटत नाही. तुम्ही कसे या व्यवसायाकडं आलात?''

त्याही परिस्थितीत मला हसू आलं. हा स्वतः मरायला निघालाय! आणि माझ्याविषयी उत्सुकता दाखवतोय!

''पहिली गोष्ट म्हणजे मी तुमच्या लेव्हलचा नाही. दुसरं म्हणजे मी प्लॅन करून या फील्डमध्ये आलो नाही. काही घटना अशा घडल्या की यावं लागलं... ते जाऊ दे. नॉट इंटरेस्टिंग! तुमचं सांगा.''

''लहान वयातच आलो या फील्डमध्ये. बारा वर्षांचा असताना मुंबईला पळून गेलो...''

''आई-वडील?...''

क्षणभर खिन्न झाला.

''प्लीज! तो विषय नको. फार वर्षांपूर्वीच मी त्यांच्या दृष्टीनं मेलोय. मी मंगळूरचा, यापलीकडं त्यांच्याशी माझा कसलाही संबंध नाही. एक-दोनदा गेलो होतो, तोंडही न बघता हाकलून दिलं. मुंबईमध्ये, हॉटेलमध्ये सप्लायर... वेटर... म्हणून होतो. तिथं कालीया अँटोनी यायचा... अरे हो! तुम्हाला मुंबईच्या अंडरवर्ल्डची कितपत माहिती आहे? कालीया नाव ऐकलंय?''

''कालीया? पेपरात बरंच वाचलंय. एक-दोनदा बॉसला भेटायला आला होता, तेव्हा ओझरतं पाहिलंय. मुंबईकडची पोरं फार आदरानं बोलायची त्याच्याविषयी.''

"बॉम्बे अंडरवर्ल्डमध्ये आलेला खराखुरा वाघ तो! कुणापुढंही त्यानं मान तुकवली नाही! मोठ्या गँगबरोबर हातमिळवणी केली नाही. एकटा राहून मोठमोठ्या गँगलीडरना फेस केलं... हॉटेलमध्ये त्याच्याशी ओळख झाली. कधी शंभर, कधी तीन-चारशे, कधी पाचशे रुपये द्यायचा. त्यानंच मला कामावर ठेवलं. दारू-धंदा करणाऱ्याचं घर होतं ते. तिथं मी भरपूर पैसा मिळवायला सुरुवात केली. त्यावेळी मी पंधरा वर्षांचा असेन. एकदा तो मला टपकवण्याच्या कामावर घेऊन गेला..."

माझा अलिप्तपणा पाहून त्याला संशय आला. त्यानं विचारलं, "टपकावणं म्हणजे काय ते समजलं?"

मी उगाच मुंडी हलवली.

"आमच्या बॉम्बेच्या भाषेत टपकावणं म्हणजे मर्डर करणं. 'टपकाने के लिये जाता है' म्हणजे कुणाला तरी फिनिश करायला जाताहेत."

"तुम्ही पंधराव्या वर्षी या कामासाठी गेलात?"

थोड्या आश्चर्यानं मी विचारलं.

"होय. तुम्ही केव्हा केलात पहिला खून?"

अगदी खाजगीतही मी या विषयावर बोलायला तयार नसतो.

"सॉरी! मी पर्सनल लेव्हलवरच यात भाग घेतलाय. तुम्ही विचारताय त्या पद्धतीनं मी खुनात उतरलेलो नाही."

"तुम्ही खोटं बोलताय!"

"कशावरून असं म्हणता? शंका का आली तुम्हाला?"

मला डिवचत तो म्हणाला, "आता माझा खून करण्यात नाही गुंतलात तुम्ही? यात कुठं काय पर्सनल आहे?"

आता अडखळण्याची पाळी माझी होती.

"हे बघा! आता पुन्हा तुम्ही तुमच्या खुनाचा विषय काढलात तर डोकं उठेल माझं! त्यापेक्षा तुमचं लाईफ इंटरेस्टिंग दिसतं! त्याविषयी हवं तर बोलू या-" म्हणत मी स्वतःला सावरलं.

क्षणभर शांततेत गेला. निःश्वास सोडत तो म्हणाला, "पहिल्या खुनाची जागा होती अंधेरी. कालीयानं मला लक्ष ठेवण्यासाठी रस्त्याच्या टोकाशी उभं केलं होतं. रात्रीचे आठ वाजले असतील-नसतील. मी उभा असलेल्या जागेपासून सुमारे दोनशे फुटांवर एक बंगला होता. अर्धा तास वाट पाहिल्यावर एक कार आली. बंद गेटबाहेर उभी राहिली. हॉर्न वाजवला.

त्याच वेळी कालीयानं उभी केलेली दोन मुलं भराभरा चालत त्या कारपाशी गेली. बोलण्याचं निमित्त करून त्यांनी त्या माणसाला शूट केलं. हे सगळं मी डोळ्याची पापणी न लववता बघत होतो. फक्त काही क्षण अन एका माणसाचा खून झाला होता.

आवाज ऐकून कुणीही धावून आलं नाही. श्रीमंत वस्ती असल्यामुळं या घटनेची कुणीही दखल घेतली नाही. थोड्या अंतरावरच्या कालीयाच्या कारमध्ये मी जाऊन बसलो. रस्ताभर तोंडून अवाक्षर उमटलं नाही.

रात्री दहाच्या सुमारास दोन्ही मुलंही परतली. सगळं प्लॅनप्रमाणे झालं होतं. कालीयानं मला दहा हजार रुपये दिले.

त्या रात्री मला झोप आली नाही. रात्रभर तो खून आणि ते दहा हजार रुपये डोळ्यांपुढून हटत नव्हते. खुनाविषयी डोक्यात अनेक भयानक कल्पना होत्या. पण ती इतकी साधी सरळ गोष्ट आहे याची मला कल्पनाच नव्हती.

कालीयाचं माझ्यावर विशेष प्रेम होतं. त्याच्या जवळचे सगळे माझ्याशी विशेष विश्वासानं बोलू लागले. जेमतेम पाचवीपर्यंत शिक्षण झालं असलं तरी मी सरावानं इंग्लिश बोलायला शिकलो. हिंदी तर जन्मल्यापासूनच येत होती.

बोलणं थांबवून तो पुन्हा आकाशाकडं पाहू लागला. त्याची ती आकाशात नजर खुपसून बसायची सवय एव्हाना माझ्याही लक्षात आली होती.

"एवढं टक लावून काय पाहता आकाशात?"

"विशेष काही कारण नाही. उगाच पाहायचं म्हणून पाहतो."

अनेक इंग्लिश सिनेमांमध्ये फासावर जाणारा किंवा शूट होऊन मरणारा आधी आकाशात पाहत राहतो, तेव्हाचे त्या चेहेऱ्यांवरचे भाव आठवत होते त्याच्याकडं पाहताना. त्यानं बोलणं पूर्णपणे थांबवलं आणि मूडी होऊन जमिनीकडं पाहू लागला.

मीच पुढं बोलणं सुरू ठेवण्यासाठी विचारलं,

"नंतर स्वत:च्या हातांनी खून करायला केव्हा सुरुवात केली?"

त्यानं हात हलवले. कुठलंसं दु:ख त्याला घेरून टाकत असावं, असं मला वाटलं.

नंतर तोही सावकाश बोलू लागला.

"तुम्हाला आणि मला दोघांनाही ठाऊक आहे, खून करणं ही काही

फारशी परिश्रमाची गोष्ट नाही. तुम्ही बेंगळूरसारख्या शहरात राहाता. त्यामुळं फारसे खून करायची संधी मिळत नसेल. मुंबईमध्ये हजारो माणसांचा हा पोटापाण्याचा व्यवसाय आहे. एकेका डोक्याची पाच हजार ते एक लाखापर्यंत किंमत मिळते. पण त्यात विशेष ते काय? इतर कामांमध्ये एवढा पैसा मिळत नाही. इथं फार सहजपणे पैसा मिळतो. दहा फुटांच्या आत उभं राहून टारगेटला शूट केलं की संपलं!....''

''मला हे तुमचं पटत नाही. यातही रिस्क भरपूर आहे; तिथं तुमचाही नाश होऊ शकतो. म्हणूनच सर्वसामान्य माणसं अशा कामात हात घालायला घाबरतात.''

''होय. ते घाबरतात, 'कारण आपण सापडलो तर!' अशी त्यांना भीती असते. ही भीती नसती तर इथं अगदी क्षुल्लक कारणांसाठीही खून झाले असते! होय की नाही? मीही बरेच खून केले आहेत. पण दोन मर्डर मला नेहमीच फार छळतात. आणखी दहा खून केले असते तरी हरकत नव्हती, पण ते दोन खून मी करायला नको होते!''

त्यानं पुन्हा बोलणं थांबवलं. सामान्यत: प्रोफेशनल किलर्स कधीच असे सेंटिमेंटल होत नाहीत. तसे ते कठोर बनलेले असतात. वाटलं, यानं बहुतकरून एखाद्या तरुणीचा किंवा लहान मुलाचा खून केला असावा. किलर्सच्या जगातही स्त्रिया आणि मुलांविषयी प्रेम असतंच.

तो पुन्हा आकाश पाहू लागला. तिथं एक गिधाड गोल घिरट्या घेत होतं. त्याची नजर त्याच्या हालचालींच्या मागोमाग फिरत होती. ते मध्येच जमिनीवर यायला आतुर होत होतं, पुन्हा तिथंच घिरट्या घालत होतं.

त्याच्यावरची नजर न काढता तो म्हणाला, ''त्याला खाली काही तरी दिसतंय बहुतेक! योग्य संधी येताच झेप घेण्यासाठी दबा धरून वाट पाहतंय!''

मला त्याचं वागणं विचित्र वाटलं नाही. काही तासांत आपण मरणार हे ठाऊक असलेली व्यक्ती आणखी कशी वागेल म्हणा! जवळपास कुणी मित्र नाही, नातेवाईक नाही. अशा वेळी तो आपलं मन मोकळं करत आहे. तेही कुणापाशी? जो निश्चितपणे आपल्या मृत्यूच्या प्लॅनमध्ये सामील आहे, अशा माणसापाशी! पुढचे काही तास त्यालाही काही तरी करून काढायचे असताना तो कसा कुठल्या अन्य विषयावर तीव्रपणे

गप्पा मारणं शक्य आहे?

आपल्या जीवनातल्या शेवटच्या दिवसाचा संपूर्ण उद्देशच त्या गिधाडाला बघणं असल्यासारखा तो त्या गिधाडाकडं पाहत होता. कदाचित ते गिधाड आपलाच घास करणार आहे, या दृष्टीनंही तो त्यावर नजर खिळवून असावा.

त्याक्षणी माझ्या मनात एक विचित्र भावना उद्भवली.

त्याच्या जागी मी असतो तर?

क्षणभर सगळ्या जवळच्या नातेवाइकांची आठवण होऊन देहाचा थरकाप उडाला असता. निसटण्याची किंचितही शक्यता नाही असं समजल्यावर कदाचित मीही तसाच वागलो असतो! कोण जाणे! उगाच याला इथंपर्यंत घेऊन आलो, लांबलचक प्लॅनिंग केलं. मला बॉसचा राग आला. याला बंगळूरमध्येच संपवलं असतं तर काहीच त्रास झाला नसता. पण बॉस! कुठं केस बाहेर आली तर? सतत हीच भीती याला! एवढी भीती काळजात असणाऱ्यानं या अंडरवर्ल्डमध्ये यायचंच कशाला?

प्रत्यक्ष मारण्यापेक्षा, आपण मरणार आहोत हे त्याला ठाऊक झाल्यानंतर हा जो वेळकाढूपणा चालला आहे, तो अधिक अमानवी आहे, हा क्रूर थंडपणा आहे! ही भावना आता मनाला छळू लागली.

आकाशात घिरट्या मारणाऱ्या गिधाडानं वेगानं खाली जमिनीकडं सूर मारला आणि पायांमध्ये काहीतरी भक्ष्य उचलून तितक्याच वेगानं ते उडून गेलं.

तो रिलॅक्स झाला.

मी आठवण करून दिली, ''तुम्हाला छळणाऱ्या त्या दोन खुनांविषयी सांगत होता...''

''होय! कुठल्याही कारणांसाठी मी ते दोन खून करायला नको होते. त्यासाठी मला क्षमा नाही! मेल्यानंतरही काही अस्तित्व असेल तर, तिथंही मला ते छळत राहातील!'' म्हणत त्यानं सिगारेट शिलगावली.

नंतर तो सांगू लागला,

''माझ्या एवढ्या वर्षांच्या गुन्हेगारी जीवनात ते दोन खून मी करायला नको होते. त्यातला एक खून एका म्हातारीचा!''

पुन्हा शांतता पसरली. घटना सांगता-सांगता त्याला वेळही काढायचा होता. सहा वाजत आले होते. संधिप्रकाश भोवताली पसरू लागला होता. आम्ही दोघं घराशेजारी पावलं टाकत फिरत होतो.

तो पुढं सांगू लागला,

''त्या वेळेपर्यंत मी दोन खून केले होते. दोन्ही पिस्तुल झाडून केले होते. कालीयानं एका बाईचा खून करायचाच म्हणून सांगितलं, तेव्हा मला काही सुचलं नव्हतं. वयानं लहान असलो तरी कॉंट्रॅक्ट किलरची एक गोष्ट माझ्या लक्षात आली होती. कुठल्याही परिस्थितीत बायका आणि मुलांना मारायचं नाही.

माझ्या चेहऱ्यावरून कालीयाला माझी भावना समजली असावी. अनेक उदाहरणं सांगून त्यानं मला तयार केलं. खून करणाऱ्यानं फक्त एकाच गोष्टीचा विचार केला पाहिजे, यात कुणाचा फायदा होणार आहे आणि त्याचा आपल्याला काय लाभ?... इतर अनेक गोष्टींशी व्यवसायात तडजोड करावी लागते... इत्यादी... इत्यादी...

मनात नसलं तरी दोन कारणांसाठी हे काम मला अंगावर घ्यावं लागलं. यासाठी मिळणारा भरपूर पैसा गमावायला मी तयार नव्हतो, आणि दुसरं! कालीयाच्या माझ्यावरील विश्वासाला धक्का लागता कामा नये.

खून करण्याआधी तिची माहिती काढण्यासाठी कालीयानं एका मुलाला फिल्डिंगसाठी लावलं. तोही तसा लहानच होता. माझ्या भोवताली नेहमी वावरणारा, ओळखीचा मुलगा.

'त्यानं मला सरळच तिच्या घरी नेलं आणि ओळख करून दिली. कालीयानं सांगितलं होतं, तशी ती फक्त बाई नव्हती. ती एक म्हातारी होती. साठीच्या पुढची म्हातारी. का कोण जाणे, तिला पाहताक्षणी मला आईची आठवण झाली. लहानपणी घर सोडलं असलं तरी कधी कधी माझ्या डोळ्यांसमोर यायची ती फक्त माझी आईच. त्या म्हातारीच्या चेहेऱ्यावर मला माझ्या आईची सगळी लक्षणं दिसली. शिवाय तिनंही मला मायेनं बेटा म्हणूनच हाक मारली! चहा-बिस्किटं दिली, नको म्हटलं. तरी आग्रह करून खायला लावलं. ज्यानं मला तिथं नेलं होतं, तोही तिला 'बडी माँ' म्हणत होता.

''तिथून बाहेर पडल्यावर त्या मुलाला पबमध्ये घेऊन जाऊन मी सहज त्या म्हातारीची चौकशी केली. भाईची एकदा ऑर्डर झाल्यावर असलं काही करू नये, असा नियम असला तरी उत्सुकतेपुढं काही चाललं नाही.''

“ती त्याच्या वडिलांची पहिली बायको. तिला मूल न झाल्यामुळं त्याच्या बापानं दुसरं लग्न केलं. तिला बरीच मुलं झाली. फिल्म प्रोड्यूसर असलेल्या त्याच्या बापानं भरपूर इस्टेट केली होती. सगळी इस्टेट त्यानं दोन्ही बायकांमध्ये समान वाटली. थोरली एकटी असताना तिला एवढी इस्टेट जाणं धाकट्या बायकोला आणि तिच्या मुलांना रुचलं नव्हतं. त्यांनी तसा वादही घातला होता. पण वडील सांगत होते, तिच्या माघारी तीही इस्टेट तुम्हालाच मिळणार आहे, का काळजी करता?

ते मरून सहा महिने होऊन गेले तरी बडी माँ इस्टेटीचा विषय काढेना. त्यातच तिच्या पुण्यातल्या भावाचं तिच्याकडं येणं-जाणं वाढलं. एका बिल्डरकडून त्या इस्टेटीला चांगली ऑफर आली तेव्हा धाकटी आणि तिची मुलं तिला जाऊन भेटली. पण बडी माँनं आपण हयात असेपर्यंत इस्टेट विकू देणार नाही असं निक्षून सांगितलं.

‘त्यातच एक गोष्ट त्यांच्या कानांवर आली. तिच्या पुण्याच्या भावाच्या मध्यस्थीनं तिनं एका वेगळ्याच बिल्डरशी व्यवहार जुळवायला सुरुवात केली होती. ह्या बिल्डरची कालीयाशी ओळख होती. त्यानं कालीयाला, आपण व्यवस्थित डील करून देऊ असा शब्द दिला.

मला वाटलं, तिचा जीव घेण्यापेक्षा धमकी देऊन कागदपत्रांवर सह्या घेतलं तर पुरेसं नाही का? कालीयाला हे बोलून दाखवताच तो म्हणाला, जमणार नाही! वयस्कर बाई आहे, धमक्यांना दाद देणार नाही!

तिला भेटून आलेल्या रात्री मला झोप आली नाही. रात्रभर मी देवाची क्षमा मागत होतो, प्रार्थना करत होतो. दुसरे दिवशी जमेल तेव्हा तिला संपवणं आवश्यक होतं.

या प्रकरणात कुठल्याही परिस्थितीत कुठलंही शस्त्र वापरायचं नाही, असं कालीयानं बजावलं होतं. गळा घोटून जीव घ्यायचा, नंतर गॅस ऑन करून निघून यायचं असं ठरलं होतं. नंतर अर्ध्या तासानं खिडकीतून जळती काडी आत टाकायची, असा प्लॅन पक्का झाला होता.

खून करणं ही मामुली गोष्ट असून त्यानंतर गॅस लीक करण्याकडं विशेष लक्ष दिलं पाहिजे असं कालीयानं बजावलं होतं. सिलेंडर बर्स्ट झाला नाही तर खुनाचं प्रकरण बाहेर येण्याची शक्यता होती. परिणामी इस्टेटीचं प्रकरण आणखी चिघळत गेलं असतं. मग सगळंच प्रकरण

कालीयापर्यंत येऊन ठेपलं असतं.

हा धोका टाळण्यासाठी सगळं काम मी एकट्यानंच पुढं होऊन करायचं होतं. नंतर मुलाला भेटून काम फत्ते झाल्याची खात्रीही मीच करून घ्यायची होती.

म्हातारीचा त्या मुलावर बराच जीव होता. मुलाचा मात्र तिच्या इस्टेटीवर डोळा होता. खून झाल्याच्या दिवशी तोही माझ्याबरोबर होता. लवकरात लवकर निघून जाणं आवश्यक होतं. नाही तर, त्याला आणि त्याच्याबरोबर मलाही पकडण्याची शक्यता होती. त्यामुळं लवकर निघून जाणं आवश्यक होतं.

संध्याकाळी पाच वाजता तिच्या घरी गेलो. घर स्वतंत्र असल्यामुळं शेजारपाजाऱ्यांपैकी कुणाचं लक्ष असलेलं दिसलं नाही. शिवाय जाण्याआधी तिथं आणखी कुणी नसेल याची खात्रीही करून घेतली होती.

मी दरवाजा वाजवला. तिनंच दरवाजा उघडला.

''ये बेटा-' म्हणत तिनं आत नेऊन सोफ्यावर बसवलं. पाठोपाठ तो मुलगाही येईल, या समजुतीत ती गप्पा मारू लागली. तीच माझ्या हातून घडलेली चूक! मी कच्चा असल्यामुळं त्यावेळी एक गोष्ट मला ठाऊक नव्हती. आपण ज्याचा खून करणार आहोत, त्या व्यक्तीबरोबर जवळीक निर्माण होऊ देता कामा नये! खुनीही शेवटी माणूसच असतो ना! जवळीक माणसाला ढिला करते...!''

चालता चालता त्यानं माझ्याकडं काही क्षण पाहिलं. मी प्रश्नार्थक मुद्रेनं त्याच्याकडं पाहिलं.

''आता पाहा! तुम्हीही नेमकी तीच चूक करताय! केवळ वैरी म्हणून पाहता पाहता आता तुम्ही जवळचे झाले आहात. माझा खून करताना हातातली शक्ती गेल्याचा तुम्हाला अनुभव येईल. पाहिजे तर मारताना माझं हे बोलणं आठवून पहा!''

एकाग्रपणे त्याचं बोलणं ऐकत असताना त्यानं पुन्हा आपल्या खुनाचा विषय काढला तसा मी वैतागलोच पण त्याच्या बोलण्याकडं संपूर्ण दुर्लक्ष करत विचारलं, ''पुढं काय झालं?''

एवढ्यात गेटमधून एक कार आली. कार बॉसची नव्हती. बॉसची मुलं कारकडं निघाली. मीही निघालो. पाठोपाठ तोही आला.

गाडीतून आलेल्यानं बॉसच्या मुलांना तुळू भाषेत काही तरी सांगितलं. या बाबतीत माझ्या मनात बॉस आणि त्याच्या मुलांविषयी असमाधान होतं. आम्ही कुणी जवळपास असलो तरी आमच्याकडं दुर्लक्ष करून ते आपापसात तुळू भाषेतच बोलत.

ड्रायव्हरनं सांगितलं, ते ऐकून मुलांचे चेहरे पांढरेफटक पडले. ते घाई गडबडीनं म्हणाले, ''लवकर चला! लवकर! बॉसवर अॅटॅक झालाय!'' माझा दंड धरून एकजण, कारकडे निघाला.

त्याच्याविषयी सांगताना प्रत्येकक्षण आणि प्रत्येक घटना रोचक असेल, अशी कुणाची कल्पना असेल तर ते चुकीचं आहे. गुन्हेगारीच्या जगातही इतर जगातल्या सारख्याच घटना घडत असतात. त्यातले काहीच क्षण रोचक असतात. गुन्हेगारी नसलेल्या सर्वसामान्य जगालाही लागू पडतात, नाही का? सारी दु:खं, वेदना, एकसुरीपणा, अपेक्षा विसरून उत्तुंग अवस्थेत जाणं काहीच क्षणांचं, नाही का?

आपल्याला आठवण हा प्रकार नसता तर काय झालं असतं? नुसता विचार करून पाहा. गोंधळून जाल. कुठलीही घटना खरी वाटणारच नाही. जीवन वाऱ्याप्रमाणं पुढं जात राहील आणि तसंच संपूनही जाईल. आठवणींमुळं आपण जीवनाची नोंद करायची शक्ती मिळवली आहे. नाही तर, सगळ्या घटना स्वप्न होऊन गेल्या असत्या. नोंद करायच्या असल्यामुळं आपण त्या घटनांना घन रूप देतो, वास्तव आकार देतो.

पण ही नोंद करायची अपार इच्छा तरी कशी आणि केव्हा सुचली असेल? अक्षरांचाही जन्म होण्याआधी, चित्रांच्या निमित्तानं अशा नोंदी करण्याची इच्छा माणसाच्या मनात का निर्माण झाली असावी? या जगात चांगलं आणि वाईट या कल्पनाच मुळी निर्माण झाल्या त्या या नोंदी करायला सुरुवात झाल्यावर!

एक तत्त्वज्ञ सांगतो: 'काल रात्री स्वप्नात मी एक भला मोठा पतंग झालो होतो. दोरीवर स्वार होऊन आकाशात विहार करताना मला अतिशय आनंद झाला होता. पतंगाच्या जगातील सुख-दु:ख आणि रोमांच माझ्या जीवनाचा भाग झाले होते. सकाळी जाग आली. वाटलं, मी माणसाचं स्वप्न पाहाणारा पतंग आहे. म्हणजे मी कोण? पतंगाचं स्वप्न पाहाणारा माणूस? की माणसाचं स्वप्न बघणारा पतंग? हे कोणी मला

समजावून सांगेल नीट?

त्या दिवशी बॉसवर हल्ला झाल्याची बातमी आली आणि आमच्यापुढं प्रश्न उभा ठाकला, आता याचं काय करायचं? याला सोबत न्यायचं? की ठेवायचं? कुठं ठेवायचं?

सगळ्यांनी एकत्र येऊन अर्धा मिनिट चर्चा केली. इथं सोडून जाण्यापेक्षा बरोबर घेऊन जावंसं ठरलं.

अधीर मनानं, घाई-घाईनं आम्ही मंगळूरला जायला निघालो.

नर्सिंग होममधून बॉस एका नातेवाईकाच्या घरी गेला होता. त्याला विशेष काही झालं नसावं अशी आम्हाला खात्री वाटली. जिवात जीव आला. बॉसला खरोखरच काही झालं नव्हतं. झाला होता तो अगदीच किरकोळ ॲक्सिडेंट. रस्त्याच्या एका कडेला उभ्या असलेल्या व्हॅनकडे तो जात असताना एका मोटरसायकलनं येऊन त्याला धडक दिली. बॉसचा हात मोडला. हे दृश्य पाहाणाऱ्यांना तो ॲटॅकच वाटला. मोटारसायकलवालाही न थांबता निघून गेल्यामुळं या संशयात भर पडली होती.

बॉसच्या हाताला कोपऱ्यापर्यंत प्लॅस्टर घातलं होतं.

बातमी सगळीकडं पसरली तेव्हा त्या मोटारसायकलवाल्याला आपण बॉसला धडक मारल्याचं समजलं, तो चांगलाच घाबरला. बॉसच्या ओळखीच्या एका माणसाला घेऊन तो बॉसला भेटला आणि शरणागती पत्करली.

ॲक्सिडेंटमुळं बॉसचं मनही थोडं विचलित झालं होतं. सगळ्यांना खोलीबाहेर पाठवून तो माझ्याशी आपल्या विचलित मनाविषयी बोलला.

ज्याच्याविषयी बॉस आदर बाळगून होता, असा एक माणूस उडुपीमध्ये रहात होता. मुंबईच्या अंडरवर्ल्डमध्ये भरपूर काम करून झाल्यावर आता तो उडुपीमध्ये स्थायिक झाला होता. आता तो पापभीरू धर्मपरायण देवभक्त बनला होता. बॉसनं फोनवरून त्याला ॲक्सिडेंटची बातमी सांगताच तो म्हणाला, 'तुम्ही हाती घेतलेलं कुठलंही काम नीट होत नसताना अशा घटना घडतात. अशाच प्रकारचं आणखी काही करायचं ठरवत असाल तर तूर्त तो विचार सोडून देणं चांगलं!'

त्यामुळं आता बॉसही गोंधळात पडला होता, याला संपवायचं की नाही? बॉसनं त्याच्या वागणुकीचीही माझ्यापाशी चौकशी केली.

त्याला आपला खून होणार हे ठाऊक असल्याचं मीही सांगितलं.

क्षणभर बॉस वैतागला, चडफडला. 'त्याला समजायच्या आधीच का संपवलं नाही?' म्हणून बडबडला.

'आज रात्री संपवू या!' मी समजूत घातली.

रात्रीचे दहा वाजले होते. बॉसनं नकारार्थी मान हलवली. त्या रात्री तिथंच मुक्काम करावा लागणार असल्यामुळं काम दुसरे दिवसावर टाकावं असं त्यानं सांगितलं. मीही सांगितलं, तो नसला तरी आम्ही काम फत्ते करू. तो नको म्हणाला. तो नसताना त्याचा कझिन संमती देणार नाही, असंही तो म्हणाला.

बॉसनं त्याच्यावर बारीक लक्ष ठेवायला सांगितलं. खोलीत दोघंच असल्यामुळं मीही त्याच्याशी अपरिहार्यपणे चाललेल्या संवादामुळं मला होत असलेल्या अव्यक्त वेदनेविषयी सांगितलं.

बॉस थोडा गंभीर होता. खाली मान घालून काही क्षण गहन विचारांत बुडून गेला.

''मलाही त्याचा चेहरा बघवत नाही! ॲक्सिडेंट झाल्यानंतर तर वैतागून गेलोय मी! आपण जे करतोय, तेच तोही करतो. होय की नाही? आपण लकी! समजल्यावर सावध झालो. तो अनलकी. आपल्या हातात सापडला! मी वरच्यांबरोबर बोललो नसतो तर प्रकरण सोपं होतं. चार रट्टे देऊन याला पळवून लावलं असतं. काय करणार? तिथं ते बसले आहेत ना? त्यांच्यामध्ये कणभरही माणुसकी नाही! सगळ्यांवर त्यांचं उत्तर एकच - उडा दो! ते ठीक असते तर माझ्याविरुद्ध प्लॅन झालाच नसता! शिवाय, ते सगळे तिकडं सुखात राहातात! टेन्शनमध्ये धडपडतो, ते आपणच. कुणीतरी कुणालातरी मारायचा प्लॅन करतो. दुसरा ठाऊक असूनही गप्प रहातो. थोडं इकडं तिकडं झालं की ते त्यांनी पाठवलेल्या माणसालाच खतम करायला सांगतात! मला आणि माझ्या मुलांना वैताग आलाय नुस्ता! पण काय करणार? चांगलेच पेचात सापडलो आहोत!'

हेच मला वेगळंच होतं. आपल्या परिस्थितीविषयी बॉस कधीच इतका इमोशनल होऊन बोलला नव्हता. त्याच्याही मनात ह्याला संपवावं की नाही, याचा गोंधळ उडाला होता. तोही पेचात सापडला होता.

आम्ही मंगळूरमधल्या एका हॉटेलात जेवून रात्री अकरा वाजता निघालो.

जेवताना त्यानं एकदाही मान वर करून इकडं-तिकडं बघितलं नाही. त्यावेळी मला तो दुर्बल, भेकड वाटला. आपला खून होणार, हे निश्चितपणे ठाऊक असूनही सुटकेसाठी किंचितही प्रयत्न न करणारा तो अंडरवर्ल्डमध्ये यायच्याच लायकीचा नाही, असं मला वाटू लागलं.

पण त्या मौनात विलक्षण शक्ती असल्याचंही मला जाणवत होतं. ते भेकडपणातून आलेलं मौन नव्हतं. तिथं आपलं भविष्य जाणून घेतल्यानंतर आलेला समजूतदारपणा दिसत होता.

आम्ही पुन्हा फार्मवर आलो तेव्हा रात्रीचा एक वाजला होता.

तो आणि मी एका खोलीत झोपलो. आदल्या रात्रीप्रमाणे बाहेरची कडी लावण्यात आली होती.

मला झोप येत होती.

मला झोपू न देता त्यानं बोलायला सुरुवात केली. आम्ही वावरत असलेल्या जगातल्या अनिश्चिततेविषयी बोलू लागला. बॉसला ॲक्सिडेंट झाल्यावर त्याच्या मुलांनी काय करायला हवं होतं, याचं त्यानं आपल्या पद्धतीनं विश्लेषण केलं,

''आपण या जगात खोल-खोल उतरू लागलो की सहज-भावना आणि सहज- प्रतिक्रिया ठार मरूनच जातात! प्रत्येकाविषयी संशय वाटायला लागतो. तुम्हीही विचार करून पाहा. अंडरवर्ल्डमध्ये आपसात भांडून मरण पावलेले सगळे कधी ना कधी आपापल्या मित्रांपासून दूर झालेलेच होते. एखाद्या क्षुल्लक घटनेवरून संशय निर्माण होतो. एकदा सुरुवात झाली की, कितीही प्रयत्न केले तरी पॅचअप होत नाही. शेवटी याचं पर्यवसान खुनात झाल्याशिवाय दुसरा पर्याय राहात नाही. इथलं दुर्दैव असं, की उद्या कोण कुणाचा शत्रू होणार आहे, हे कुणालाच ठाऊक नसतं.''

''तुम्ही बोलताय तो मूर्खपणा आहे. हे तर सगळ्या संबंधांना लागू पडतं. प्रेमविवाह करणारेही कालांतरानं घटस्फोट घेत नाहीत का? विचार करा. बाप-मुलं वेगळी होत नाहीत? ते तरी आधी कुठं ठाऊक असतं? अजिबात ठाऊक नसतं. ठाऊक असतं तर जगात विसंगती राहिलीच नव्हती.''

''तुम्ही सांगताय तो जनरल विषय आहे. तशा प्रकरणांमध्ये क्वचित

कधी तरी एखादा खून होतो. पण आपल्या फिल्डमध्ये? खून हीच सर्वसामान्य गोष्ट असते, नाही का?''

विषय बदलण्यासाठी मी विचारलं, ''संध्याकाळी तुम्ही म्हातारीविषयी सांगत होता. काय झालं पुढं?''

तो सिलिंगकडं पाहत होता. काही वेळ विचार करून तो पुढं बोलू लागला,

''काही का असेना, मला एक दिवस जास्तीचा मिळाला आहे. उद्या त्याविषयी बोलता येईल. आता एका वेगळ्याच विषयावर बोलावंसं वाटतं. मुंबईमध्ये माझी एक गर्लफ्रेंड आहे. कितीही प्रयत्न केला तरी तिचा चेहेरा विसरायला जमत नाही. आपण मंगळूरला जायला निघालो, तेव्हापासून तीच मनाला व्यापून राहिली आहे! माझ्यामुळं तिला किती दु:ख सहन करावं लागलं, ठाऊकाय?''

इतरांच्या प्रेम-प्रकरणांमध्ये मला कधीच रस नव्हता. ती जाणून घेण्याची उत्सुकताही नव्हती, तशी इच्छाही नव्हती.

सगळ्या लव्ह-स्टोऱ्यांमध्ये तेच प्रेम, तेच दु:ख, तीच वेदना! हा गुन्हेगारीशी संबंधित असल्यामुळं इथं कदाचित तपाशिलाचा थोडा फार फरक असू शकेल. पण माझ्या जवळपासच्या मुलांची असली प्रकरणं जवळून पाहिल्यामुळं मला त्याचीही नवलाई नव्हती. तरीही सहानुभूतीचा एक भाग म्हणून मी गप्प राहिलो.

पण माझा हा थंडपणा त्याच्याही लक्षात आला.

''समजलं! मुंबईमध्ये मुला-मुलीनं एकमेकांवर प्रेम करणं आणि नंतर एकमेकांविषयी तक्रार करणं, यात नवीन काहीही नाही, हे तुम्हालाही ठाऊक आहे. माझंही तसंच एखादं प्रकरण असेल, असं तुम्हाला वाटतं. पण माझ्या जीवनात कुठलीच गोष्ट एवढ्या सरळपणे घडलेली नाही. हे प्रेमप्रकरणही तसंच! आता सगळं सुरळीत होईल असं वाटत असतानाच इथं येऊन सगळ्यांपासून मुक्त व्हायची वेळ येऊन ठेपली.''

काहीही प्रतिक्रिया न दाखवता मी नुसतेच हं म्हटलं.

''दोन वर्षांपूर्वी मला डिस्को इन्चार्ज नेमण्यात आलं होतं. त्या हॉटेलविषयी तुम्हालाही कदाचित ठाऊक असेल. दोन भावंडांना दुबईत बसलेल्या भाईनं बसल्या ठिकाणावरून संपवलं. इथं चाललेल्या डिस्कोमुळं संपूर्ण मुंबई अवाक होऊन जात होती. माझ्याकडं त्याची जबाबदारी येताच मी कॉलेजमधल्या मुलींवर लक्ष केंद्रित केलं. नाना आमिषं दाखवून त्यांना

डिस्कोबारमध्ये घेऊन येऊ लागलो. डिस्को बारचं यश तिथं येणाऱ्या फॅमिलीतल्या मुलींवर अवलंबून असतं. डिस्कोमध्ये बऱ्याच वेळा चीप मुली येतात. आमच्याकडं मात्र फॅमिली गर्ल्स यायच्या.

अशा मुली मिळवण्यासाठी दररोज एकाच कॉलेजमध्ये जाऊन उपयोग नसतो. त्यामुळे दररोज वेगवेगळ्या कॉलेजात जाऊन मुली हेरत राहाणं हा माझ्या व्यवसायाचा भाग होता. शिवाय, तुम्हाला मुंबई ठाऊक आहेच. तिथं अंडरवर्ल्डमधली माणसं म्हणजे स्टार! प्रत्येक कॉलेजमध्ये काही मुली माझ्या अगदी जवळ यायच्या. त्यांच्या मदतीनं मी इतर मुलींच्या ओळखी करून घेत होतो. मुंबईच्या मुली पॉकेटमनीसाठी कशा हपापलेल्या असतात, ते तुम्हीही पाहिलंच पाहिजे! त्यात डिस्को म्हणजे काय विचारता? पैशाला पैसा आणि मजाच मजा!

एका दृष्टीनं आमचं हे काम अनैतिक आहे, हे आम्हाला ठाऊक होतं. सुरुवातीला आम्ही खिशातून पैसे देऊन त्यांना सवय लावत होतो. त्यानंतर त्या मुलीच एखाद्या बॉयफ्रेंडला घेऊन यायच्या. आम्ही त्या मुलींवर खर्च केलेले काही हजार तर वसूल व्हायचेच, शिवाय त्यांच्याबरोबर येणाऱ्या बॉयफ्रेन्डकडून आम्हाला लाखानं पैसे मिळायचे.

हे सगळंच अनैतिक वाटलं तरी आयुष्यात वेगानं धावताना नैतिक-अनैतिक असा विचार करायला, सवड कुणाला आहे? शेजारच्या माणसापेक्षा आपण वेगानं पुढं कसे जाऊ, याचीच प्रत्येकाला काळजी असते, नाही का? तुम्हाला काय वाटतं?

यावर मला काही उत्तर सुचलं नाही. खरं सांगायचं तर जीवनाचा आपण निवडलेला मार्ग आणि त्यातील नीती, नियम, त्यातून आकार घेणारं आपलं आयुष्य हे सारे माझ्याही आवडीचे विषय. पण अशा परिस्थितीत, रात्रीच्या वेळी, मागं घडलेल्या पापाच्या आठवणी ओढून-ताणून बाहेर काढून स्वत:ला हलकं करू पाहणाऱ्या बरोबर तात्त्विक चर्चा करणं मला विसंगत वाटलं.

मी सरळच म्हटलं, ''खरंय तुम्ही म्हणता ते!''

तो पुढं बोलू लागला, 'माझ्या दृष्टीनं मुंबईमध्ये मुलींचा अजिबात दुष्काळ नव्हता. तिथल्या हवेत फक्त दोनच गोष्टी आहेत. पैसा आणि मुली! त्यात डिस्कोचं काम बघायला लागल्यावर तर पुरे-पुरे म्हणण्याइतक्या मुली उपलब्ध होऊ लागल्या. त्या फारच सुलभपणे उपलब्ध होत असल्यामुळं

मला मुळीच रोचकता वाटत नव्हती. पण रश्मीशी ओळख होताच सगळं बदलून गेलं...'

तो पुन्हा गप्प झाला. त्या मौनाचा अर्थ मलाही समजत होता.

रात्रीचे दोन वाजले तरी झोपेचा पत्ता नव्हता. अपराध करण्याआधीच्या आणि नंतरच्या रात्री गाढ झोपी जायची माझी पद्धत होती. पण यानं मला पूर्णपणे व्यापून टाकलं होतं. तो आपलं जीवन विवस्त्र करून माझ्यापुढं मांडत असताना आपण झोप काढणं महापाप आहे, अशी माझी भावना झाली.

एक सिगारेट शिलगावताना दीर्घ श्वास सोडत तो आठवणींमध्ये रंग भरू लागला,

"त्यावेळी रश्मी कॉलेजच्या शेवटच्या वर्गात शिकत होती. तिच्या सहा-सात मैत्रिणींना डिस्कोकडं वळवण्यात मी यशस्वी झालो होतो. तिनं मात्र यायला नकार दिला होता. सर्वसाधारण रूपाच्या रश्मीचं खरं आकर्षण म्हणजे तिचे डोळे आणि त्वचा...

मी तिच्या कॉलेजपाशी दिसलो की एखाद्या पापी माणसाकडं बघावं तशी ती तिरस्कारानं माझ्याकडं बघायची. कुठल्याही मुलीकडं बघताना न जाणवणारा संकोच ती माझ्या मनात निर्माण करत असल्यामुळं तिच्याकडं थेट बघायला जमत नव्हतं. ती माझ्या मनात मी पाप करत असल्याची भीती निर्माण करत होती.

एकदा तिच्या कॉलेजपाशी गेलो असता तीच जवळ आली आणि कँटिनमध्ये घेऊन गेली. कॉलेजमधल्या निरागस आणि आर्थिकदृष्ट्या असहाय्य मुलींना मी गैरमार्गाला लावत आहे असा तिनं माझ्यावर थेटच आरोप केला. जर माझ्या बहिणींना असं कुणी नेलं तर मला कसं वाटेल, असा सवालही तिनं माझ्यासमोर टाकला. असा विचार करणंही अशक्य वाटावा, एवढा मी एकटा असल्याचं समजल्यावर तिचा आवाज मृदू झाला.

एक गोष्ट कधी तुमच्या लक्षात आली आहे का? भरपूर संतापाच्या मुली बहुतेक वेळा मृदू हृदयाच्या असतात. न रागावणाऱ्या मुली बहुधा इमोशनल नसतात. माझ्या रश्मीचंही तसंच होतं. अगदी लवकर ती विरघळून गेली. कुटुंबाशी कुठल्याही प्रकारे संबंध नसलेला मी पाप-पुण्याच्या पलीकडचा आहे असं ती समजू लागली.

मीही तिच्यापासून काहीही लपवलं नाही. सगळं तिच्यापुढं उघडं करून ठेवलं. मी स्वीकारलेल्या पेशापासून दूर होणं केवळ अशक्य असल्याचं तिला पटवून दिलं.

यावर आणखी हट्टीपणानं ती आणखी माझ्याजवळ आली. मला बदलण्यातच तिच्या जीवनाची सार्थकता आहे, असं तिनं बोलूनही दाखवलं. बदलण्यासारखं माझ्या जीवनात काहीही नाही असं अनेकदा सांगूनही तिला ते पटलं नाही.

मी काही आनंदासाठी किंवा द्वेषासाठी खून केले नव्हते. लहानपणापासून मी ज्या लोकांबरोबर वावरत होतो, त्या जगात खून करणं हा पैसे मिळवण्याचा मार्ग होता. त्यात कुठंही द्वंद्व नव्हतं. त्यात चांगलं का वाईट हा प्रश्नच नव्हता. मग माझ्यात बदल होणार म्हणजे काय?

ती भेटण्याआधी मी काही बॉसच्या हाताखाली काम केलं होतं. कुठंही नमकहरामी केली नव्हती. त्यामुळं त्या सगळ्या बॉस-मंडळींची माझ्यावर मर्जी होती, विश्वास होता. आता केवळ एका मुलीसाठी ते सगळं जग मी का दूर लोटू? आणि दूर होऊन काय करू?

पण रश्मीला हे सहजासहजी मान्य होत नव्हतं. मुंबई सोडून कुठं तरी लांब जाऊ या, असं तिचं म्हणणं. मुंबईत राहून माझ्यात काही बदल होणं अशक्यच आहे हे तिलाही समजलं होतं. हैद्राबादला जाऊन काही तरी बिझनेस करावा अशी तिची इच्छा होती. माझ्यावर कुटुंबाचं कुठल्याही प्रकारचं बंधन नसल्यामुळं मी कधीही मुंबई सोडू शकण्याइतका स्वतंत्र आहे, असं समजून ती माझ्याशी वाद घालत होती.

पण ही इतकी साधी गोष्ट आहे का? जीवनात आपण फक्त आपल्या कुटुंबाशीच कमिटेड नसतो, आपल्या भोवतालच्या माणसांशी, परिसराशीही असतो. पण हे सत्य तिला दिसत नव्हतं, सांगितलं तरी पटत नव्हतं.

एवढा वेळ झोपून बोलत असलेला तो आता उठून उभा राहिला. त्याचं ते द्वंद्व मलाही विव्हल करत होतं.

थोडा वेळ तो खिडकीबाहेर पाहत राहिला. सिगारेट पेटवून तिथंच उभा राहून माझ्याशी बोलू लागला,

''मला एवढं सुधारायला निघालेल्या रश्मीला एक दिवस मी गिरवलेल्या धड्यांची मदत घ्यावी लागेल असं ध्यानीमनीही नव्हतं. तसा एक दिवस आला तेव्हा तिच्या जिवाची किती तडफड झाली, ठाऊकाय?'

आपण आपल्या भोवताली अंधारी भिंत उभी करून राहात असतो. कुणीही आपल्या अंत:करणात दडलेल्या आशा-आकांक्षा इतरांपुढं सहजासहजी मांडायला तयार नसतं. एकदा विचार करून पाहा-तुमच्या बायकोला किंवा नवऱ्याला किंवा तुमच्या जवळपास असणाऱ्यांना खरे-खुरे तुम्ही कितीसे ठाऊक असता?''

त्या दिवशी तो त्या दिवसापर्यंत कुणालाही न सांगितलेलं बरंच काही माझ्यापुढं मांडत होता. केवळ एका दिवसानंतर आपण या जगात नसणार, हीच भावना त्याच्याकडून हे करवून घेत होती. मध्यरात्रीची गूढ शांतता आणि आम्हा दोघांमध्ये तिसरं कुणी नव्हतं यामुळं तो स्वत:ला पूर्णपणे मोकळा करू शकत होता.

सिगारेटचा तुकडा खिडकीबाहेर टाकून तो पुन्हा उताणा झोपला. कपाळावर बोटं चोळत तो पुन्हा अंतरंग उघडं करू लागला,

''रश्मी काही अशी-तशी मुलगी नव्हती. तुम्हाला मी सांगितलं, मला मुली हव्या तेवढ्या मिळत होत्या म्हणून, अशा वेळी मला एवढं आकर्षित करणाऱ्या रश्मीचं व्यक्तिमत्त्व किती प्रभावी असेल, याचा तुम्हीच विचार करा! अगदी दुर्बीण घेऊन शोधायला गेलं तरी एवढंसंही नाव ठेवण्याजोगं तिच्या व्यक्तिमत्त्वात सापडायचं नाही! मुंबईच्या मुली सतत काही ना काही करण्यासाठी धडपडत असतात. पण रश्मी तशी नव्हती. मौन आणि एकांतात रमण्याची तिची प्रवृत्ती होती. कितीतरी वेळा दिवस-दिवसभर आम्ही दोघं समुद्रकिनारी बसून दूरवर दिसणारी जहाजं आणि होड्या पाहत बसून राहायचो, असं सांगितलं तर तुमचा विश्वास बसेल? सुरुवातीला असं गप्प बसून राहणं मला अशक्य होते असं. त्यावेळी ती मला झापायची, पहिल्यापासून या वेगवान जीवनात सापडल्यामुळं तुझं मन अस्थिर चंचल आहे. आता तरी त्याला शुद्ध कर, तरल करायचा प्रयत्न कर!

आणखी एक गोष्ट तुमच्या लक्षात आलीय का? या मुलींच आपल्यासारख्या गुन्हेगारी जगातून आलेल्यांवर वेगळ्याच प्रकारचं प्रेम असतं. मुंबईमध्ये तर फिल्म स्टार्सपेक्षाही आपल्यासारख्यांना जास्त ग्लॅमर आहे! काय कारण असेल?

इतरांच्या तुलनेत आपण अधिक मॅनली दिसतो का? किती तरी श्रीमंत तरुणी टपोऱ्या मुलांना मेन्टेन करतात! एकदा रश्मीलाही मी या

संदर्भात विचारलं होतं, तू एवढी शिकलेली आहेस. तुला किती तरी चांगला, शिकलेला मुलगा मिळू शकला असता. तू माझ्यावर का प्रेम करतेस? सुरुवातीला तिलाही याचं उत्तर सुचलं नाही. पुन्हा विचारलं तर म्हणाली, 'मी यावर विचार केला नाही, याचं उत्तर देणं कठीण आहे!' चारपाच महिन्यांनंतर बीचवर बसलो असता एकदा ती म्हणाली, 'गुन्हेगारावर प्रेम करून त्याला सुधारून मार्गावर आणणं म्हणजे एखाद्या निरागस मुलाला घडवणं. प्रत्येक मुलीला आत कुठं तरी वाटत असतं, आपण प्रेम करत असलेल्या मुलाला दारूचं, किमान सिगारेटचं तरी व्यसन असावं आणि आपण ते सोडवावं. गुन्हेगारामध्ये तर सुधारण्यासाठी एक-दोनच नव्हे, शेकडो गोष्टी असतात. केवढं चॅलेंज! ठाऊकाय?

हे ती बोलत होती तेव्हा काही क्षण मला माझी गर्लफ्रेंड बोलतेय की अगदी लहान वयात दुरावलेली माझी आई बोलतेय हे मला समजेना!

रश्मीला एक लहान भाऊ आणि बहीण आहे. भाऊ कॉलेजमध्ये शिकतो, बहीण कॉलेजच्या पहिल्या वर्गात शिकत होती. मी त्यांच्या घरी जाऊ येऊ लागलो. तेव्हा तेही मला जवळचे वाटू लागले. सुरुवातीला त्यांचे वडील माझ्याकडे एखाद्या क्षुद्र कीटकाकडं बघावं, तसे बघत होते. नंतर त्यांनीही मला स्वीकारलं. मी चुकूनही त्यांना माझ्या व्यवसायाची कल्पना येऊ दिली नव्हती. रश्मीनंही ते सांगितलं नव्हतं.

पण एक गंमत तुमच्या लक्षात आलीय का? तुम्ही इतके डिसेंट दिसता! पण तुम्हाला पाहता क्षणीच, तुम्ही अंडरवर्ल्डशी संबंधित आहात, हे कुणीही पटकन ओळखतं. हे कसं, हे मला न सुटलेलं कोडं आहे! आपल्या चेहेऱ्यावर भोवतालच्या जगाची सावली उमटलेली असते की काय, कोण जाणे!

रश्मीची धाकटी बहीण राखी. सहा महिन्यांपूर्वी काय झालं, ठाऊक आहे? एक मुलगा दररोज तिला आणि तिच्या मैत्रिणींना छेडायचा. राखीही एकदम कडक मुलगी. एक दिवस ती आइस्क्रीम खात बसली असता तो मुलगा तिला खेटून बसायला आला. तिच्या सहनशक्तीचा अंत होऊन तिनं खडसावलं, तुला इतर उद्योग नाहीत काय रे, हलकट! तो मुलगाही चेहरा पाडून निघून गेला.

पण त्या पूर्वी कधीही अशी न वागलेली राखी मात्र बरीच घाबरली. घरी येऊन तिनं घडलं ते रडत-रडत रश्मीला सांगितलं. त्यावेळी मीही

तिथंच होतो. काही होणार नाही, घाबरू नकोस म्हणून आम्ही तिला समजावलं.

एवढ्यावर सगळं थांबलं असतं तर पुढं काही व्हायचा प्रश्नच नव्हता. दुसऱ्या दिवसापासून तो मुलगा सोबत चार-सहा मुलांचा घोळका घेऊन राखी आणि तिच्या मैत्रिणींना छळू लागला. राखीच्या थोरल्या भावानं दोन मित्रांबरोबर तिच्या कॉलेजपाशी जाऊन त्या मुलांना दमदाटी केली. दोन्ही ग्रुपमध्ये बाचाबाची झाली. त्यांनी राखीच्या भावाची टर उडवली. त्यानं हे प्रकरण फारच गंभीरपणे घेतलं. मी मध्ये पडून सगळं प्रकरण माझ्या पद्धतीनं ठाकठीक करायला तयार होतो. पण रश्मीनं ठामपणे नको म्हणून सांगितलं.

राखीच्या भावानं घराजवळच्या एका ग्रुपला सोबत घेऊन राखीची छेड काढणाऱ्या ग्रुपची धुलाई केली. संध्याकाळी घरी येऊन त्यानं सगळ्यांपुढं आपल्या पराक्रमाची बढाई मारली.

पण दुसरेच दिवशी कॉलेजहून घरी परतणाऱ्या राखीच्या अंगावर कुणीतरी ॲसिड फेकलं!

त्यावेळेपर्यंत मी गप्प होतो. पण आता मात्र शॉक बसला. छे:! किती क्षुल्लक गोष्टींसाठी एका मुलीचं आयुष्य बरबाद होतंय!

''म्हटलं, तुमची ही मुंबईच अतिशय अमानुष आहे!''

'बघा ना! मुंबईमध्ये घडणारा प्रत्येक गुन्हा तिथल्या अंडरवर्ल्डशी संबंधित असतो, असं मानलं जातं. पण इथली परिस्थिती अशी आहे की इथं अंडरवर्ल्डशी संबंधित एका गुन्ह्याच्या बरोबरीनं दहा गुन्हे सर्वसामान्य जगतात घडत असतात. एका अर्थी संपूर्ण मुंबईनंच अंडरवर्ल्डची मेंटॅलिटी स्वीकारली आहे की काय?

''ॲसिड तोंडावर पडलं नव्हतं. दंडावर पडलं होतं. दुपट्टा आणि कमिजमुळं त्यातलं फारसं त्वचेपर्यंत पोहोचलं नव्हतं. हातावर मात्र रुपयाएवढा डाग पडला.

''आता मी मध्ये पडणं अनिवार्य होतं. मला गुन्हेगारी जगापासून दूर नेऊ पाहणाऱ्या रश्मीच्या समोरच मी अपराध्याला अक्कल शिकवण्याची वेळ येऊन ठेपली होती. एक-दोन दिवस तिनंही 'पोलीस बघून घेतील, तू गप्प रहा' म्हणून आरडा-ओरडा केला. पण जेव्हा तिच्या घरचे इतर सगळे, मी या प्रकरणी काही करावे म्हणून आग्रह करू लागले, तेव्हा ती

गप्प बसली. मग मी माझ्या पद्धतीनं त्या मुलाची धुलाई केली, नाक घासायला लावलं. मी तर गोळी घालायला निघालो होतो, पण रश्मीनं शपथ घालून मला आवरलं. नंतर सगळं ठीक झालं.

या घटनेचा परिणाम म्हणून राखीचा कॉलेजमध्ये जाऊन शिक्षण घेण्यातला रस संपला. आता तिचं कलकत्त्यातल्या एका इंजिनियरशी लग्न ठरलंय.

तो बराच वेळ गप्प राहिला. उद्वेगानं बोटांनी कपाळ जोरात दाबत होता. अंधारातही ते दिसत होतं.

मीही डोळे मिटून घेतले.

माझ्या डोळ्यांवर झापड येत होती.

अंधारातून त्याचा आवाज आला,

''राखीवर ॲसिड कोणी टाकलं ठाऊकाय? मी!''

कुणीतरी दूरवरून बोलावं, तसे ते शब्द माझ्या कानांवर आले.

झोपेच्या अंमलाखाली असतानाही त्या शब्दांचा अर्थ माझ्या मस्तकात घुसला.

''का? असं करायला नको होतं!'' मी आक्षेप घेतला.

''मी केलं ते योग्य की अयोग्य या विषयीचा तुमचा अभिप्राय जाणून घ्यायला मी हे तुम्हाला सांगत नाही. सांगावंसं *वाटलं* म्हणून सांगतोय. माझ्या जागी तुम्ही असता तरी तुम्हीही हेच केलं असतं!...''

''तिच्यावर ॲसिड फेकून काय मिळालं तुम्हाला?''

मी क्षीण स्वरात विचारलं.

''रश्मी! रश्मीवरच्या प्रेमापोटी मी ते केलं. मी काही एवढा दुष्ट माणूस नाही, हे मला तिच्या मनावर बिंबवायचं होतं. तसंच तिचं माझ्यावरचं प्रेम दुप्पट व्हावं म्हणूनही...''

मी त्याच्याशी वाद घालायच्या मन:स्थितीत नव्हतो, परिस्थितीतही नव्हतो. प्रयत्न करूनही डोळे उघडे ठेवणं मला अशक्य होत होतं. त्याची भुणभुण मात्र सुरूच होती. एकीकडं झोप खेचत असली तरी दुसरीकडं त्याचं बोलणं कानांवर पडत होतं,

''... तुम्ही जेव्हा माझ्यासारख्या परिस्थितीत सापडाल तेव्हाच तुम्हाला माझं म्हणणं समजेल! तुम्ही केलेल्या सगळ्या खुनांचं समर्थन करायला

जमेल, असं वाटतं का तुम्हाला? कारणं तर सगळेच सांगतात. अमूक कारणासाठी याला मारलं, तमूक कारणासाठी त्याला मारलं. सगळं बोगस! किती तरी कोटी माणसं कसलाही अपराध न करता जगत असतातच ना? त्यांना का कुठल्या कारणानं खून करावे लागत नाहीत? काही नाही! हे डॉन इतके खून करतात. पण एकाला तरी जीव देऊ शकतात का? कुणीही कुणाचाही जीव वाचवत नाही. सगळे त्यातलेच! मीही त्यांच्यापैकीच एक! आज जे समजतंय ते काही वर्षांपूर्वी समजलं असतं तर कितीतरी जीव वाचले असते!'' विशिष्ट लयीत त्याचं बोलणं सुरू होतं.

नंतर त्याला केव्हा झोप लागली कोण जाणे! मला मात्र झोपेनं पूर्णपणे घेरून टाकलं.

कितीही उशीरा झोपलं तरी पहाटे लवकर उठायची माझी नेहमीची सवय. त्या दिवशी मात्र मला जाग आली तेव्हा सकाळचे आठ वाजले होते. जाग आल्यावरही त्याच्याकडं डोळे उघडून पाहायची मला इच्छा नव्हती. जाग आल्या-आल्या देवांचे फोटो-बिटो बघत उठायची मला हौस नसली तरी, का कोण जाणे, ज्याचा खून होणार आहे, त्याचा चेहेरा बघायचीही भीती वाटली.

तो माझ्या उजवीकडे होता. डाव्या कुशीवर वळून मी खिडकीबाहेर पाहिलं. हिरवंगार दृश्य होतं. पक्ष्यांची किलबिल कानांना सुखावून गेली.

काही क्षण बाहेर बघितल्यावर मी त्याच्याकडं वळलो.

त्याच्या चेहेऱ्यावर हसू होतं.

मी प्रश्नार्थक मुद्रेनं त्याच्याकडं पाहिलं.

''उठल्या उठल्या तुम्हाला माझा चेहरा पाहायचा नव्हता. होय की नाही?''

''तुम्ही उगाच नाही तो विचार करताय!'' मीही थंडपणे म्हटलं.

''हे पहा, सगळे बहुतेक वेळा उजव्या कुशीवरून उठतात. मला चुकवण्यासाठी म्हणूनच तुम्ही डाव्या कुशीवरून उठलात!''

''तसं काही नाही, म्हटलं ना! तसंच असतं तर मी डोळे मिटून उठलो असतो!'

''तुम्ही तसं केलं असतं तर ते आणखी स्पष्ट झालं असतं! जाऊ द्या! तुमच्या जागी मी असतो तर मीही तसाच वागलो असतो.''

तो पदोपदी आपली माझ्याशी तुलना करून मला आणखी अवघड करत होता.

थोडं रागावून मी म्हटलं, "तुम्ही प्रत्येक वेळी तुमच्या जागी मी असतो तर... म्हणता! जर मी तुमच्या जागी असतो आणि कुणी तरी माझा खून करणार आहे अशी मला शंका आली असती तर माझ्यापाशी असलेली सगळी बुद्धी, सगळी शक्ती वापरून मी त्यांच्याशी फाईट केलं असतं. तुमच्यासारखा फिलॉसॉफी बोलत राहिलो नसतो! मरायचंच असेल तर फाईट देऊन मरण्यात पुरुषार्थ आहे, असं मी मानतो!"

त्यानं सिगारेट शिलगावली.

"हेच ते! हे पहा, बंगळूर आणि मुंबईच्या फील्डमध्ये फार फरक आहे. तुमच्याकडं एखाद्याला संपवायचं असेल तर अनेकदा ॲटॅक करता. तुमच्याकडं अनेकदा टारगेट जीव वाचवून पळूनही जातं! आमच्याकडं तसं नाही! आम्ही उगाचच्या उगाच हात घालायलाच जात नाही. व्यवस्थित फिल्डिंग लावून एकच नेम धरायचा, धडाम् खलास्! माझ्या भाईनंही मला हेच सांगितलंय, तुझ्यावर ॲटॅक झाला तर तू संपणार याची खात्री बाळग. उगाच धडपडायला जाऊ नकोस. श्वास रोखून शांत रहा! धडपडायला गेलास तर जीव काही वाचणार नाही. उलट तळमळ तेवढी होईल. तळमळत मरणं हे भेकडांचं काम! मारण्यासाठी तयार असणारे आपण, मरायलाही तयार असलं पाहिजे! आपली खरी ताकद दिसते, आपण मृत्यू कसा फेस करतो, त्यावरून!"

उशीवर कोपरा ठेवून तो सिगारेट ओढत होता, तो नीट उठून बसला. त्याची नजर सिगारेटचा धूर माझा चेहरा, पुन्हा सिगारेटचा धूर अशी फिरत होती.

त्याक्षणी त्याचा चेहेरा एखाद्या योग्यासारखा दिसत होता. तिथं मृत्यूचं भय किंवा चिंतेचा लवलेशही नव्हता.

"रात्रभर मला झोप लागली नाही. रश्मी माझ्या डोळ्यासमोरून हालायलाच तयार नव्हती! पहाटे पहाटे थोडा डोळा लागला, तेव्हाही रश्मीच स्वप्नात आली. कुठल्याशा रेल्वे स्टेशनवर मी उभा होतो. माझ्या अंगावर पांढरा सलवार कमीज होता. मी तिचा हात धरून तिची क्षमा मागत होतो, ती मला समजावत होती. पुन्हा जाणार नाही, म्हणून मी तिला सांगत होतो. तिच्या डोळ्यांत पाणी होतं. ती इतकी स्पष्ट दिसत होती की जाग आली

तेव्हा मी तिच्या डोळ्यातलं पाणी पुसू शकलो नाही म्हणून वाईट वाटलं मला! रात्रभर तिचाच विचार डोक्यात असल्यामुळं ते स्वप्न पडलं असेल. होय की नाही?''

मी होकारार्थी मान हलवली.

त्याच्या त्या स्वप्नाचं मला काही विशेष वाटलं नाही. रात्रभर रश्मीच्या बहिणीवर ॲसिड टाकण्याचा प्रसंग त्याला टोचत राहिल्यामुळं त्याच भावनेनं त्या स्वप्नाचा आकार घेतला असावा.''

म्हातारीच्या खुनाची सगळी हकीकत त्यानं सांगितली नव्हती. नेमकी त्याचवेळी बॉसवरच्या हल्ल्याची बातमी आल्यामुळं लगोलग मंगळूरला जावं लागलं होतं. शेवटी म्हातारीचा खून झाला की नाही ते समजलंच नव्हतं.

''काल तुम्ही म्हातारीच्या खुनाविषयी सांगत होता, ते अर्धवटच राहिलं! पुढं काय झालं?''

त्यानं नि:श्वास टाकला.

''आता त्याविषयी फारसं बोलायचा माझा मूड नाही. एकाच गोष्टीची मला टोचणी लागली आहे. खुनाआधी माझा चेहेरा पाहत ती दोनदा 'नको बेटा-नको बेटा' म्हणत किंचाळली. पण मला ते सोडून निघून येणं शक्य नव्हतं...''

रश्मीच्या बहिणीवरचा ॲसिड-हल्ला आणि वृद्धेचा थंड डोक्यानं केलेला खून यामुळं माझ्या मनात त्याच्याविषयी तिरस्कार निर्माण झाला होता. माझ्या चेहेऱ्यावरही तो उमटला असावा.

आज रात्री याला संपवताना हा 'नको दोस्त!' किंवा 'नको भाऊ!' म्हणून विनवू लागला तर मी विरघळेन का?

छे:!

बॉस किंवा इतर कुणी याला सोडू देणार नाहीत. हा आपला वैरी आहे, आपण त्याला मारलंच पाहिजे म्हणतील. पण दोन दिवसांत ह्याच्याशी कसं विचित्र नातं जुळलंय! याला कसा शत्रू मानायचा?

बाहेर कारचा आवाज आला. माझ्या पोऱ्यानं बाहेरची कडी काढली, ''उठलात की नाही? हे काय? आज एक्सरसाईज करायला उठला नाहीत. चला बॉस आलेत.'' तो म्हणाला.

त्या दिवशी कुणीही अॅग्रेसिव्ह मूडमध्ये नव्हतं. तुमचा कितीही कडवा शत्रू असू द्या, एक-दोन दिवस तो तुमच्याबरोबर राहिला की त्याला मारणं अशक्य होऊन जातं.

त्या दिवशी बॉसही कुणाशी फारसा बोलला नाही. तो दुपारपर्यंत बॉसबरोबरच होता. त्याला तुळू भाषा येत असल्यामुळं बॉस आपल्या मुलांशीही काही चर्चा करू शकला नाही.

बॉसच्या मुलांबरोबर मी बाहेर फिरत होतो. त्यांच्यापैकी एकजण मुली आणि रेसचा अॅडिक्ट होता. त्यामुळं त्याला कितीही पैसा मिळाला तरी त्याला कमीच पडायचा. बॉसला मध्ये न घेता, आपणच एक-दोन डीलर्सशी संपर्क ठेवून स्वतंत्र कंपनी सुरू करावी आणि त्यात मी पुढाकार घ्यावा, अशा अर्थाची त्याची भुणभुण सुरू होती. सामान्यत: बॉसच्या अनुमतीशिवाय बॉसच्या कुठल्याही मुलांशी संपर्क ठेवायची माझी पद्धत नव्हती. त्यामुळं मी त्याला बॉसकडूनच अशा प्रकारचं काही करायला जमतंय का, ते बघायला सांगितलं.

बंगळूरला परतल्यावर यासंदर्भात पुढचा विचार करायचा, असं त्यानंही ठरवलं.

आमचे आम्ही असताना आम्ही आपसातही चुकूनसुद्धा त्याच्या खुनाचा विषय काढला नव्हता.

बॉसच्या हाताचं बँडेज तसंच होतं. आणखी दहा दिवस ते तसंच राहाणार होतं. बॉस आरामखुर्चीवर रेलून बसला होता. तोही बॉसशेजारी खुर्चीवर बसला होता.

तो आणि बॉस एकापाठोपाठ एक सिगारेटी संपवत होते. दोघांचीही मन:स्थिती मला समजत होती.

जेवण झाल्यावर बॉसनं त्याला आपल्याला झोपायचं आहे, असं सांगून बाहेर पाठवलं. आता कुठं बॉसला माझ्याशी बोलायला वेळ मिळाला.

खोलीत आम्ही दोघंच राहिलो.

थोडा वेळ बॉस काही न बोलता माझ्याकडं पाहत होता. प्रत्यक्ष पाप घडण्याआधीच त्याची छाया सभोवताली पसरली होती. या विषयावर

माझ्याशी बोलायला बॉस उत्सुक दिसत होता. पण माझ्या चेहेऱ्यावर किंवा वागण्यात कुठल्याही प्रकारची भीती किंवा आतुरता दिसायचा प्रश्नच नव्हता. या सगळ्या नाट्यामधलं, एकादृष्टीनं अलिप्त आणि सायलेंट पात्र झालो होतो मी!

तरीही, त्याच्याविषयी माझ्या मनात निर्माण झालेली भावना मला बॉसपुढं त्याच्या सुटकेसाठी काहीतरी करायला प्रेरित करत होती.

"तयारी कुठंपर्यंत आली? काय तयारी केलीत?" बॉसनं किरट्या आवाजात विचारलं.

मीही निरूत्साहानं म्हटलं, "त्यात कसली आलीय तयारी? वेळ ठरली की संपलं!"

बॉस निर्जिवपणे हसला.

"कोंबडं कापण्यापेक्षा सोपं होऊन बसलंय बघा! संपूर्ण मुंबईमध्ये याला ज्या दैवानं उचलून धरलं, त्याच दैवानं या बंगळूरात मात्र याच्या पेकाटात लाथ हाणली! काय? तुम्हाला काय वाटतं?"

"कशाविषयी?"

"त्याच्याविषयी?"

थोडा वेळ गप्प बसलो. बॉस अधीर होऊन पाहत होता.

"हे बघा! मी प्रोफेशनल किलर नाही. तो बंगळूरमध्ये हाती पडला तेव्हाच त्याला संपवायला माझे हात शिवशिवत होते. पण आता त्याला हात लावणंही मला शक्य नाही. शिवाय तोही काही एवढा डेंजरस दिसत नाही."

"मीही पुन्हा फोन करून विचारलं. तर ते म्हणतात, त्याला सोडलं तर आज ना उद्या तो तुमचाच मृत्यू ठरेल! त्याचं रेकॉर्ड पाहिलं तर मलाही ते पटतंय!'

मी नि:श्वास सोडला.

"तुम्ही असं करा- घरामागे जागा आहे, माझ्या मुलांबरोबर जाऊन तिचा सर्व्हे करून या. शक्यतो रात्री नऊच्या आत सगळं संपून जाऊ दे. मागच्या बाजूला कॅनॉल किंवा चर आहे. पेट्रोल ओतून काडी लावली की संपेल. आपण लगेच बंगळूरला निघून जाऊ या. दोघं मागं राहतील. कुणाला हाडाचा तुकडाही सापडणार नाही, असा बंदोबस्त करून येतील. निघा तुम्ही आता!"

"तोही बरोबर येईल. काय करायचं?"

"त्याला मी इकडं बोलावलंय म्हणून सांगा."

जड पावलांनी बाहेर येऊन मी त्याला बॉसचा निरोप सांगितला. त्याच्या कातर नजरेत पुढं काय होईल? हा प्रश्न होता. मी त्याची नजर टाळली.

मी बॉसची मुलं आणि फार्मवरचा एकजण यांच्याबरोबर निघालो.

फार मोठा फार्म होता तो.

घरामागच्या चढावरून थोडं अंतर गेल्यावर उजवीकडे वळलो. आकाशाला भिडणारे मोठे मोठे वृक्ष, त्यात मिसळून गेलेली लहान झाडं, झुडपं, वेली, पायाखाली पसरलेलं जाडजूड सुकलेल्या पानांचं अंथरूण, मध्ये मध्ये अंगाला ओरबाडणारी काटेरी झुडपं-

बॉसचा त्या भागातला मुलगा उत्साहानं या भागातली जंगलं, झाडं, पर्वत, प्राणी यांच्याविषयी सांगत चालला होता. मध्ये एक लहान कालवा आडवा आला. दहाएक फूट रूंदीचा कालवा असेल तो. सहा-सात फुटांवर पाणी वाहात होतं. कालवा लहान असला तरी त्यात मध्ये मध्ये लहान बांध घातले होते.

कालवा ओलांडण्यासाठी सुकलेल्या जुन्या नारळीच्या बुंध्याचा साकव केला होता. त्यावरून तोल सावरत पलीकडं जायचं होतं. एकानं पलिकडं पोहोचल्यावर दुसऱ्यानं त्यावर पाऊल ठेवावं असं फार्ममधल्या माणसानं बजावलं.

माझं मन त्याच्याभोवतीच घोटाळत होतं. त्याचं सरळ नाक आणि तीक्ष्ण नजर मला टोचू लागली. आणखी काही तासांतच तो या भूमीचा, या आकाशाचा भाग होऊन जाईल! काय करू! काहीही करणं शक्य नाही!

या विचारातच मी साकवावर पाय ठेवला, तोल सावरण्यासाठी हात पसरत चार-पाच पावलं पुढे गेलो असेन-

काही समजायच्या आत मी खाली पडलो होतो.

एकाग्रता गमावल्यामुळं पुढचा पलीकडं नीट पोचण्याआधीच मी त्या साकवावर पाय ठेवला होता. दोघांचं वजन न पेलल्यामुळं त्या जुन्या साकवाचे दोन तुकडे झाले होते. पुढं असणाऱ्यानं पटकन काठावरच्या मुलाचा आधार घेतल्यामुळं तो वाचला होता.

माझ्या मांड्या, पाठ, हात दुखावले. तिथल्या एका दगडाचं टोक मांडीत घुसून थोडं रक्त आलं. इतर ठिकाणी मात्र मुका मार बसला होता. अंगावरचे कपडेही ओले झाले.

अशा अवस्थेत पुढं जाऊन त्याला मारण्याची जागा पाहून यायचं की कसं, यावर मिनिटभर चर्चा करून शेवटी माघारी वळायचं आणि सुके कपडे बदलून यायचं, असं ठरलं. सगळे माघारी वळलो.

माझ्या कपड्यांमधून पाणी ठिबकत होतं. आम्ही घरापाशी पोहोचण्याआधीच कुणीतरी जाऊन हे सांगितल्यामुळं बॉस घाबऱ्या घाबऱ्या बाहेर आला. पाठोपाठ तोही आला.

झोपेतून उठून आलेल्या बॉसला क्षणभर काय घडलं तेच कळलं नाही. काहीतरी अघटित घडलंय असं वाटून तो घाबरत होता. पण लवकरच त्यानं स्वतःला सावरलं.

माझ्याकडं दुसरा ड्रेस नव्हता. बॉसच्या कझिनची पँट मला फारच ढगळ होत होती. लुंगी देऊ लागले. मी शक्यतो लुंगी नेसत नाही. दुसरा इलाज नसल्यामुळं मी हात पुढं केला.

माझे बूट ओले झाले होते. ते काढून ठेवून मी तिथल्या स्लीपर्स घालू लागलो.

एवढ्यात तो पुढं आला. त्याच्या खोलीतून त्याला आणलं तेव्हा त्याची ब्रीफकेसही त्याच्याबरोबर होती.

तो म्हणाला, "माझ्याकडं जीन्स आहे. तुम्हाला ती बरोबर होईल असं वाटतं. ट्राय करा.''

"राहू दे! कशाला उगाच?''

"त्यात काय राहायचं? चला-'' त्यानं आग्रह केला.

ज्याचा खून करायचा आहे, त्या माणसाचा ड्रेस घालायला मन कचरत होतं. पण तो एवढा आग्रह करत असताना नाही म्हणणंही शक्य नव्हतं. मी बॉसकडं पाहिलं.

"तुमची मर्जी!'' बॉसही म्हणाला.

खोलीत गेलो. त्यानं दिलेली पँट घातली, टीशर्टही चढवला. अगदी माझ्याच मापाचे असल्यासारखे अंगावर चढले. घरातच असल्यामुळं त्यानं

बूट काढून ठेवले होते. तेही त्यानं आग्रहानं घालायला लावले. अवाक्षर न बोलता मी ते पायांत चढवले. तेही फिट्ट बसले. त्याला आनंद झाला. बॉसनं त्याच्या खांद्यावर हात टाकून त्याला आत नेलं.

अशा प्रकारचे विलक्षण प्रसंग किंवा नियतीनं केलेली क्रूर थट्टा आयुष्यात फार कमी वेळा सामोरी येते!

त्याचेच कपडे, त्याचेच बूट अंगावर चढवून मी त्याला संपवायच्या जागेची पाहाणी करायला निघालो! त्याचा संपूर्ण वेष घातल्यामुळं त्याच्या व्यक्तिमत्त्वातलं काही तरी माझ्याही अनुभवाला येईल असं वाटून मी काही क्षण स्तब्ध राहिलो-

नाही. काहीही झालं नाही! त्याचे कपडे अंगावर चढवण्याआधी मनात असलेला सगळा गोंधळ जसाच्या तसा होता.

या खेपेला कुठंही न घसरता, न धडपडता सावधपणे गेलो. घरामागे फर्लांगभर अंतरावर असलेली जागा आम्ही निवडली.

तिथं दोन फूट रूंद आणि चार फूट खोल असा एक चरवजा कालवा काढला होता. बहुतेक तिथं काहीतरी बांधायचा विचार असावा. पण मी त्याचा फारसा विचार केला नाही. वर बसवायचं, मानेला दोराचा फास बांधून संपवायचं आणि नंतर त्या चरात ठेवून, पेट्रोल टाकून जाळून टाकायचं असं ठरलं.

तिथं उभं राहून आम्ही चारही दिशांची पाहणी केली. दूरवर एकही घरच काय, माणूसही दिसला नाही. फार्म विस्तीर्ण असल्यामुळं कामाची माणसंही या दिशेला नव्हती.

पेट्रोल टाकल्यानंतर भडकलेली आग अंधारात बऱ्याच अंतरावरून दिसण्याची शक्यता लक्षात घेऊन अतिशय बारकाईनं पाहाणी करायला बॉसनं सांगितलं होतं. ते लक्षात ठेवूनच आम्ही पाहणी केली आणि परतलो.

बॉस आणि दुसरा एक मुलगा त्याच्याशी पत्ते खेळत होते. आम्ही जवळ जाताच त्यांनी खेळ थांबवला. बॉसनं 'खेळात जिंकलेले-' म्हणत त्याच्या हातात दोन हजार रूपये ठेवले. त्यानंही काही न बोलता ते ठेवून घेतले.

किती विरोधाभास हा! मरणाऱ्याला आनंद व्हावा म्हणून बॉस स्वत: हरला होता. मुद्दाम, वर मरणाऱ्याला पैसेही दिले होते. मारण्यासाठी म्हणूनच हे आपल्याला जिंकू देताहेत हे त्यालाही ठाऊक होतं. दोघांचीही मनस्थिती ठाऊक असल्यामुळं दोघांपैकी कुणाकडंही बघून हसणं मला शक्य नव्हतं.

बॉस माझ्याबरोबर थोडं अंतर चालत आला.

खुनाच्या संदर्भात कसलीही काळजी करायचं कारण नाही असं मी सांगितलं. पण बॉसला ते पटलेलं दिसलं नाही.

"हे पहा! खून तो खूनच. काहीही होणार नाही म्हणून केलेला एखादा खून आपल्या आयुष्याचा नाश करू शकतो. उलट, आपण अत्यंत धास्तावलेल्या अवस्थेत, काही तरी नक्की अनाहूत घडेल अशी भीती बाळगून केलेला खून काहीही त्रास देणार नाही. आपण मात्र प्रत्येक वेळी डोळ्यांत तेल घालून सावध राहिलं पाहिजे!" त्यानं बजावलं.

रात्रीच्या जेवणानंतर झोपायला वेगळ्या जागी जायचं निमित्त करून त्याला इथून न्यावं, असं बॉसनं सुचवलं. कुठल्याही परिस्थितीत त्याला किंचाळण्याची संधी देता कामा नये, असंही सांगितलं. आपल्या दुर्दैवानं ती किंकाळी कुणाच्या कानावर गेली तर जंगली प्राण्याचा हल्ला झाला असं समजून माणसं जमतील आणि सगळाच गोंधळ उडेल, असं त्याचं म्हणणं.

त्याच्या प्रत्येक वाक्यावर मी मान हलवली.

भोवतालचा अंधार गडद होत चालला होता.

घरी परतल्यावर बॉसनं आपली ड्रिंक्स रेडी करायला सांगितलं.

बॉसला ऐकू जावं म्हणून तो थोड्या मोठ्यानंच म्हणाला, 'चला! थोडे पाय मोकळे करून येऊ या!' मी न बोलता त्याच्याबरोबर बाहेर पडलो.'

बॉसच्या चेहेऱ्यावर कसलीही भीती दिसली नाही.

थोड्या अंतरावर जाऊन हळू हळू पावलं टाकत फिरू लागलो.

बॉसचा एक छोकरा आमच्यापासून वीसेक फुटांवर वावरत होता.

मला त्याच्याशी कसं बोलावं तेच समजेना. मी पुरता दगड होऊन

गेलो होतो.

त्यानंच बोलायला सुरुवात केली,

"तर मग, आज रात्री सगळं संपणार!"

हा प्रश्न? की उद्गार? मी गप्प होतो.

"इतके दिवस मीही माणसांची शिकार करत होतो! आज माझीच शिकार होणार!"

यावरही मी उत्तर दिलं नाही.

"माझ्या आयुष्यातले फक्त ते दोन खून मी करायला नको होते म्हणून काल सांगत होतो ना? एक त्या म्हातारीचा. दुसरा खून मी प्रत्यक्ष हातांनी केलेला नाही. पण तो चुकवायचाही प्रयत्न केला नाही. स्वत:शीच द्रोह केला मी! बघा ना! आयुष्य किती विचित्र असतं!"

मी डिस्को बघत होतो म्हणून सांगितलं ना? त्याचा इनचार्ज एक वीस वर्षांचा मुलगा होता. त्याचा बाप जिवाच्या भीतीनं दुबईतल्या भाईबरोबर जाऊन राहिला होता. त्याच्या दोन भावांचा आम्ही खून केल्यामुळं तो चांगलाच टरकला होता. मुंबईची जबाबदारी त्या कोवळ्या मुलावर टाकून तो स्वत: निश्चिंतपणे निघून गेला होता. एक दिवस तिकडून फोन आला, मुलाला संपवा! मी नको म्हणून बराच वाद घातला. त्या मुलानं मला बराच जीव लावला होता. थोरल्या भावाला द्यावा तसा मान देत होता. पण मेसेज कठोर होता, 'सांगितलं तेवढं कर! बाकी बोलायचं काम नाही!'

ज्या मुलाबरोबर मी दिवस-रात्री काढल्या होत्या, त्या मुलाला माझ्या हातानं मृत्यूच्या स्वाधीन करायची वेळ आली होती. मी त्याला संपवायला मागं-पुढं बघेन असा संशय आल्यामुळं बॉसनं या कामासाठी दोन प्रोफेशनल किलरही ठरवले. ठरलेल्या रात्री त्या मुलाला एक उत्तम मुलगी फिक्स करतोय असं सांगून कारमधून घेऊन निघालो. मध्ये ते दोघं गाडीत चढले. ठरल्याप्रमाणे ब्रोकर्स आहेत असं सांगितलं. गाडी बीचजवळून जात असताना मागच्या सीटवर बसलेल्यांपैकी एकानं त्याच्या डोक्यात गोळी झाडली. क्षणार्धात माझा तो जिवलग कोसळला. बॉडी गाडीतच सोडून जायची ऑर्डर झाली.

"या घटनेनंतर महिन्याच्या आत मला बंगळूरला पाठवलं. त्यांनीच पाठवलं. एक जॉब आहे म्हणून सांगितलं. तुमच्या बॉससाठी फील्डिंग

लावण्याचं काम! आणि आता त्यांनीच तुमच्या बॉसला मला संपवा म्हणून फोन केलाय!''

त्याचं ऐकता ऐकता वाटलं, किती जटील जग आहे हे! भीती किंवा वैतागानं वाटलं नाही हे, तर अशा शब्दांच्या अर्थापलीकडच्या जगात आपण जगतोय असं वाटलं. इथं कोण कुणाला संपवायला धडपडतंय आणि कोण कुणाला वाचवायला तळमळतंय? काहीच कळेनासं झालं. संपवणं हेच ब्रीद असलेल्या आमच्या या जगात सतत कुणीतरी कुणाला तरी संपवतच असतं! मग या जगात जीवनाला कणभर तरी का होईना, किंमत मिळवून द्यायचा मार्ग कुठला?

या जगातले सगळेच मरणं आणि मारणं यामधील दुवा असल्यासारखे वाटू लागले.

कुठल्याही कारणासाठी त्याचा खून मला सहन होत नव्हता. पण म्हणून मी त्याचा जीव वाचवण्यासाठी पळून जायला मदतही करू शकत नव्हतो. त्यानंच मला चुकवून पळून का जाऊ नये?

मी त्याच्या चेहेऱ्याकडं पाहत होतो. तोही माझ्याकडं पाहत होता. नजरेनंच मी त्याला सांगत होतो. त्याला ऐकू जावं म्हणून मनातल्या मनात जोरात किंचाळत होतो, 'पळ! धाव! पळून जा! लवकर!'

माझं किंचाळणं त्यालाही ऐकू जातंय असं वाटत राहिलं. कुठल्याही क्षणी हा धाव घेईल, या अपेक्षेनं कातर होऊन मी त्याच्याकडं पाहत राहिलो.

त्यानं माझ्याकडं एकाग्र चित्तानं पाहिलं.

नजरेनंच मी 'तुझी मर्जी!' म्हटलं.

तो ''आलोच एका मिनिटात-'' म्हणत बाजूला सरला.

ते मोठं फार्म असल्याचं मागंच सांगितलं. तो तिथून शंभर फुटांवरच्या एका मोठ्या वृक्षामागे गेला.

मागोमाग आलेल्या बॉसच्या मुलानं माझ्यापाशी येऊन विचारलं, ''कुठं जातोय तो?'' त्याच्या आवाजातला चिंतातूरपणा लपत नव्हता.

''इथंच!... येईल तो!'' मी निवांतपणे म्हटलं.

''त्याला अजून समजलेलं नाही?''

''ते मला कसं ठाऊक? माझ्यापुढं तर तो तसं काही बोलला नाही!''

मी वैतागलेल्या स्वरात म्हटलं.

"समजून तरी काय करणार आहे म्हणा! तुम्ही आहात ना!..." म्हणत तो आत गेला.

तो त्या झाडाखाली उभा असल्याचं अंधारातही दिसत होतं. सारखं मनात येत होतं- हा असाच पळून गेला तर किती छान होईल! फार फार तर बॉस 'तुम्ही थोडे केअरलेस झालात!' म्हणून सुटकेचा निःश्वास सोडेल. त्याहून जास्त डोकं पिकवून घेणार नाही तो!

पण पँटची झीप ओढत तो सावकाश माघारी आला!

आजही मला त्याचा त्या वागण्याचा अर्थ समजावून घेणं जमत नाही!

त्यावेळी आम्हा दोघांमधलं अंतर एवढं होतं की तो पळाला असता तरी मला फारसं काहीही करता आलं नसतं. शिवाय भोवतालचा मिट्ट काळोख! भोवतालची दाट झाडी, त्यानंतर जंगल. कुठंही लपून त्याला निसटता आलं असतं. आमच्या जगात एकदा मृत्यू टळला म्हणजे पुनर्जन्मच!

पण त्याचं पक्कं ठरलेलं दिसत होतं. त्याचा मृत्यू, त्याचा व्यवसाय हे त्याचे आत्मीय झाले होते. त्यांच्यापासून दूर होणं त्याला नकोसं वाटत होतं.

त्यानं असा का निर्धार केला असावा? त्याच्या वागण्या-बोलण्यात भीतीचा लवलेशही मला दिसला नाही. शारीरिकदृष्ट्याही तो चांगलाच फिट होता. मग त्यानं मृत्यूला हुलकावणी देण्यापेक्षा शरण जायचा मार्ग का धरला?

मागोमाग येऊन तो पुन्हा माझ्याबरोबर पावलं टाकू लागला. अजून माझं फिरणं सुरूच होतं. त्याच्याशी काहीही बोलणं मला अशक्य होत होतं. आणखी दोन तासांनंतर तो या जगात राहणार नाही, त्याच्याशी कुठल्या विषयावर बोलायचं? पण म्हणून काहीही न बोलता फिरणंही असह्य होत होतं.

शेवटी मी म्हटलं, "तुमचा ॲटिट्यूड काही मला आवडला नाही."

खालच्या मानेनं पावलांकडं बघत चालता-चालता त्यानं माझ्याकडं प्रश्नार्थक मुद्रेनं पाहिलं.

"हे पहा! ही आपल्या दोघांमधली गोष्ट आहे. तरीही तुम्ही मिळालेल्या कुठल्याही संधीचा वापर करून घेत नाही आहात! तसा पुसटही प्रयत्न करून पाहिला नाही तुम्ही! तुम्ही बोलताना जो रूबाब दाखवताय, त्याचा आणि आताच्या वागण्याचा, परस्परांशी काहीही संबंध नाही!'' मी आक्षेप घेतला.

नि:श्वास टाकत तो हळूच हसला.

"अजूनही तुमच्या अंगात शिकारीचा अनुभव भिनलेला नाही! त्यातही तुम्ही शिकार खेळलात ती कुठं? राग अनावर झाल्यावर उगाच एक-दोन खून केले असतील तुम्ही! एखाद्या प्राण्याचा पाठलाग केलाय का कधी? तो कधीच आपल्या हद्दीबाहेर जात नाही. जीव वाचवण्यासाठी जी काही धडपड करायची ती त्या परीघातच करतो आणि आहुती देतो. माझंही तसंच आहे. एवढा वेळ तुम्ही माझ्याशी गोड बोलताय! मी पळून जायला लागल्यावर पाठीमागून गोळी घालणार नाही, कशावरून? आपल्या फिल्डमध्ये एकाच गोष्टीवर विश्वास ठेवावा लागतो. ती म्हणजे, कधीही कुणावरही संपूर्ण विश्वास ठेवायचा नाही! शिवाय... त्या झाडापाशी जाऊन पहा! शंभर फुटांवर दोन दिशांना दोघं उभे आहेत!''

"साफ खोटं! अशक्य आहे ते! इथं असणारे सगळे आत आहेत. तुम्ही पळून जाल, हे कुणाच्या मनातही आलेलं नाही!''

"ठीक आहे. कदाचित मला दिसल्या त्या केवळ सावल्याही असतील. पण तुमच्या बॉसचा तुमच्यावर शंभर टक्के विश्वास आहे, असं तुम्ही तरी कसं समजता? तुम्हाला मी भेकड वाटलो असेन. पण मला ठाऊक आहे, हा दी एंड आहे! यातून सोडवून घेऊन पळणं हा काही पुरुषार्थ नाही!''

त्याचं ऐकता ऐकता मीही साशंक झालो. होय. बॉसनं तसं केलं तर त्यात त्याचं काय चुकलं? आणि हा म्हणतोय तसा खरा पुरुषार्थ मृत्यूपासून दूर पळण्यापेक्षा मृत्यूला कवटाळण्यात का असू नये?

पुन्हा असह्य मौन!

या खेपेला त्यानं ते बाजूला सारलं.

"तुमच्यापाशी पेन आहे?''

"नाही.''

"रश्मीचा फोननंबर द्यायचा होता. उद्या तिला बातमी कळवाल?''

"काय म्हणून कळवायचं?"

"मी ॲक्सिडेंटमध्ये मेलो म्हणून कळवा. म्हणावं, देहाच्या चिंध्या झाल्या होत्या, कुणीही बॉडी मागायला आलं नाही, पोलिसांनी जाळून टाकलं."

त्यानं ते इतक्या शांतपणे सांगितलं की मला ते अतिशय भयानक वाटलं.

"पण का? काय फायदा त्याचा? दुसरी गोष्ट. अपघातात सापडलेल्यांच्या बॉडीज पोलीस जाळत नाहीत, पुरतात. जर ती देह बघायला बंगळूरला येते, म्हणाली तर काय उत्तर देऊ?"

क्षणभर गप्प राहून तो म्हणाला, "तुम्ही फार तपशील सांगू नका. मी ॲक्सिडेंटमध्ये गेलो, एवढं सांगा आणि लगेच फोन ठेवून द्या. कुठं, काय, कधी वगैरे बोलूच नका! प्लीज!"

"पण फोनचीच गरज काय?"

"तुम्हाला ठाऊक नाही, या जगात केवळ तीच तेवढी माझ्या अगदी जवळची आहे! माझ्यावर अपार प्रेम आहे तिचं. शिवाय माझ्यामुळं दुःखही खूप भोगलंय. पण माझी काहीच बातमी समजली नाही तर, मी कुठल्यातरी जेलमध्ये किंवा आणखी कुठं तरी असेन याच समजुतीत राहील ती. आयुष्यभर मी कधी ना कधी परत येईन म्हणून वाट पहात राहील ती! तिचं जरी लग्न झालं तरी कधी ना कधी मी समोर येऊन ठाकेन, या धास्तीत तिला जगावं लागेल."

त्याची भीती माझ्या लक्षात आली. मी फोननंबर सांगायला सांगितला.

"पण तुमच्याकडं पेन कुठं आहे?"

"त्याची गरज नाही. एखादी गोष्ट मी लक्षात ठेवायची ठरवलं तर कुठल्याही कारणानं मी ती विसरत नाही! किमान शंभर ते दीडशे फोननंबर माझ्या जिभेच्या टोकावर आहेत!" मी थोड्या अहंकारानंच सांगितलं.

"वा! ग्रेट!" माझी प्रशंसा करत त्यानं नंबर सांगितला. सात आकडी त्या नंबरची बेरीज तीन होत होती. एक आकडा तीनदा आला होता आणि शेवटची संख्या सम होती. सगळं मनात नीट कोरून ठेवलं. त्याच्यासाठी मी फक्त एवढंच करू शकत होतो, त्याच्या मैत्रिणीला फोन! शिवाय, मनाविरूद्ध खुनात भाग घेतल्याचं प्रायश्चित्त म्हणा! त्यानं तो नंबर माझ्याकडून चार-पाच वेळा घोकून घेतला.

"तुम्ही तिला आणखीही एक सांगा. दुःख करू नकोस, म्हणावं. शांत

रहा म्हणून सांगा. जिंदगीत कधी कधी असं होतं, धैर्यानं त्याचा स्वीकार केला पाहिजे, म्हणावं. तिला इंग्लिश चांगलं येतं. इंग्लिशमध्येच बोला.''

स्वत:च्या मृत्यूपेक्षा त्या मृत्यूची प्रेयसीवरची प्रतिक्रिया जाणून घेण्याविषयी तो उत्सुक दिसत होता. पण ती प्रतिक्रिया मी तरी याला कशी कळवणार?

त्याच्या गळ्यात चेन होती. तिच्यात एक डॉलर ओवला होता. त्यानं ती चेन बाहेर काढली.

''तुम्हाला द्यायला माझ्याकडं काहीही नाही. प्लीज! ही तुमच्यापाशी राहू दे!''

त्याचं ते बोलणं माझ्या सहनशक्तीचा अंत बघणारं होतं.

''प्लीज! तुम्ही काय म्हणताय ते तुमचं तुम्हाला तरी कळतंय का? काय समजता तुम्ही मला? ही मी माझ्याकडं ठेवून घेऊ? आयुष्यभर मी तळमळत तळमळत मरावं, असं वाटतं का तुम्हाला?'' संतापानं पाय आपटत मी विचारलं.

त्यानं शांतपणे माझे हात धरले. सावधपणे म्हणाला, ''प्लीज! नाही म्हणू नका! मी मेल्यावर ही कुणी ना कुणी घेणारच. पण ती तुमच्यापाशी राहावी अशी माझी शेवटची इच्छा. कारणही सांगतो. या जगात फक्त रश्मी तेवढी माझ्या जवळची आहे, हे तर सांगितलंच. तिच्यानंतर खरोखरच आत्मीयता वाटतेय ती फक्त तुमच्यासाठी! रश्मीची शपथ घेऊन सांगतो, हे खरं आहे!''

त्याच्या डोळ्यांत प्रथम पाणी तरारलं. माझ्या छातीत भडका उडाल्यासारखा झाला!

आजही कधीतरी रात्री अचानक जाग येते. सगळं जग झोपलेलं असताना त्या आगीच्या ज्वाला उसळून वर येतात.

आपण रक्ताच्या नात्याव्यतिरिक्त जीवनात येणारी सगळी नाती योगायोगानंच मिळालेली असतात.

तुम्ही तुमच्या अशा प्रकारच्या नात्यांवर नजर फिरवा. सगळी नाती अशीच कुठंकुठं तयार झालेली असल्याचं लक्षात येईल. आपल्या जीवनातले सगळे गोंधळ आपणच निर्माण केलेले असतात. आणि ते आपणच वाहून नेत असतो.

त्यानं मला चेन दिली आणि माझ्या मनातल्या सगळ्या भावना मला घेरून छळू लागल्या.

आम्ही काही न बोलता पावलं टाकत होतो, पुन्हा माघारी वळत होतो. आता तो हलका वाटत होता आणि माझी पावलं मात्र जड पडत होती.

बॉसची हाक कानावर आली. मी नि:श्वास टाकत त्याच्याकडं पाहिलं.

"जस्ट दोन मिनिटं! जरा तिकडं जाऊन येऊ या?" तो म्हणाला. मीही बॉसला दोन मिनिटांत येतो' म्हटलं.

मी त्याच्यापाठोपाठ गेलो.

एका झाडामागं तो मला घेऊन गेला.

क्षणभर डोळे मिटून त्यानं शर्टची दोन बटणं काढली. उजवा हात आत घालून डाव्या दंडापाशी नेला. एक ताईत ओढून बाहेर काढला, डोळ्यांना लावला. खाली बसून त्यानं हातानं माती उकरून छोटासा खड्डा केला. त्यात ताईत ठेवून त्यावर माती टाकली. उठला. म्हणाला, "चला जाऊ या!"

मी कुतूहलानं विचारलं, "तो का काढलात?"

"एका बाबांनी तो मला दिला होता. फार मानतो मी त्यांना! ताईत माझ्या अंगावर असेपर्यंत मला कसलाही धोका नाही, असं त्यांनी सांगितलं होतं. माझ्याकडून त्यांचा अपमान होऊ नये म्हणून तो काढून टाकला."

"पण का? तो न काढता तुम्ही त्याची परीक्षा घेऊ शकला असता!" त्याही परिस्थितीत आवाजात मोहरीच्या दाण्याएवढा कुत्सितपणा आणून विचारलं.

"नाही. यात त्यांची काहीही चूक नाही. त्यांनी ताईताबरोबर एक मंत्रही दिला होता. त्याचं रोज शंभरवेळा पठण करायचं अशी त्यांची आज्ञा होती. मी फक्त एक दिवस केलं. जर रोज केलं असतं तर कदाचित..."

बोलता बोलता तो मौन झाला. मलाही त्याच्या भावना डिवचण्याची इच्छा झाली नाही.

बॉसपाशी गेलो. बॉस जेवायला तयार झाला होता.

सगळे एकत्रच जेवलो. गप्पा मारण्याचं निमित्त करून बॉस स्वत:च्या मनावर ताबा ठेवत होता. तरी आम्हाला त्याच्या मनाची कातरता समजत होती.

त्यातही गमतीचा भाग असा, बॉसच्या बोलण्यावर फक्त तोच एकटा

सहज हसत प्रतिक्रिया देत होता!

जेवण झालं.

बाहेर येऊन बसलो.

बॉसनं सिगारेट पेटवली, त्यालाही एक दिली. तोही ती ओढू लागला.

नजरेनंच खुणावून बॉस थोड्या अंतरावर गेला. पाठोपाठ मीही गेलो. माझ्याकडं पाहत बॉसनं विचारलं, ''त्याच्या गळ्यातील चेन तुमच्या गळ्यात?''

काही न बोलता मी मान हलवली.

''याचाच अर्थ, त्याला आपला गेम होणार आहे, हे ठाऊक आहे!''

''होय!''

''छे:!'' बॉस चडफडला, ''आता वेळ घालवायला नको. तुम्ही सगळे झोपायला दुसरीकडं जाताहात, असं सांगेन त्याला! लवकर घेऊन जा! लवकर संपवा हे प्रकरण. फार त्रास होऊ देऊ नका!''

मी उत्तर दिलं नाही. त्याच्या बचावाचा एकही रस्ता राहिला नाही, याची मला खात्री झाली.

आत येऊन बॉस खुर्चीवर बसला. त्याच्याकडं आपुलकीची नजर टाकत तो आपल्या मुलांना म्हणाला,

''निघा तुम्ही. झोपायला जा.''

ते उठून बाहेर गेले.

मी दाराशी उभा होतो. तो खिडकीपाशी होता. त्याच्याकडं बघत बॉस म्हणाला, ''तुम्हीही जा त्यांच्याबरोबर!''

''एकदा माझ्याकडं बघत तो बॉसकडं वळला'' म्हणाला, मी तुमच्याजवळच राहीन!'

बोटांनी कपाळ चोळत बॉस म्हणाला, ''नको! यांच्याबरोबर जा तुम्ही!''

बॉसचा आवाज चढला नसला तरी ती आज्ञाच होती.

काही न बोलता तो बाहेर आला.

आमची वाट पाहत असलेली बॉसची मुलं थोड्या अंतरावर उभी होती. आम्ही घरामागं अंधारात उभ्या असलेल्या त्या मुलांच्या दिशेला चालू लागलो.

तो माझ्या शेजारून चालत होता. माझं त्याच्याकडं लक्ष होतं. तो कधी आकाश, कधी झाडं, कधी जमीन, कधी माझ्याकडं पाहत होता. त्या बघण्याला काही अर्थ, काही संदर्भ असावा असं दिसलं नाही.

त्या अंधारात सावकाश चालत गेलं तर त्या जागी पोहोचायला पंधरा मिनिटं लागणार होती. आमच्या जवळपास माझ्या खाजगी मुलाव्यतिरिक्त आणखी कुणीही नव्हतं. बॉसची दोन मुलं पुढं होती, दोन मागून येत होती.

दोघांना आधीच स्पॉटवर जाऊन सगळी तयारी करायला सांगितलं होतं.

एकदा मागं-पुढं नजर टाकून त्यानं विचारलं, ''कसं संपवायचं ठरवलंत?''

मी उत्तर दिलं नाही. स्पॉटवर गेल्यानंतर दोघांनी त्याचा गळा आवळायचा, दोघांनी त्याचे हात-पाय घट्ट धरायचे असं ठरलं होतं. पण हे त्याला कसं सांगायचं?

मी गप्प राहिलेलं बघून त्यानं पुन्हा विचारलं, ''गन वापरणार का?''

मी नाही म्हणून सांगितलं.

''उद्या माझ्या गर्लफ्रेंडला फोन कराल ना?'' माझा हात दाबत त्यानं विचारलं.

''निश्चित!''

''नंबर सांगा बघू?''

मनातल्या दुःखाचं प्रदर्शन मला अजिबात आवडत नाही. ते आतल्या आत दडपून टाकायची माझी पद्धत आहे. तरीही त्या क्षणी माझा आवाज दाटून आला. डोळ्यावर पातळ पडदा आला.

नंबर सांगणं शक्य झालं नाही. सांगायला गेलो तर रडू फुटायची शक्यता होती. मला ठाऊक असलेल्या प्राणायामचा अवलंब करून मी श्वासावर ताबा मिळवला.

''तुम्ही नंबर विसरलात!'' तो म्हणाला. त्या आवाजात काळजी नव्हती, ठाम आरोप होता.

मी नंबर सांगितला.

त्यानं गंभीरपणे माझ्याकडं पाहिलं.

''एवढं का मनाला लावून घेता? हे घडणारच होते. घडतंय. इतरांना समजलं तर तुम्हाला कच्च्या दिलाचा म्हणतील. कंट्रोल करा स्वतःला!'' समजुतीच्या स्वरात तो म्हणाला.

आमच्या पावलांचा पाचोळ्यावरचा आवाज सोडला तर सगळीकडं

नि:शब्द वातावरण होतं. वाऱ्याच्या आवाजाला मात्र खंड नव्हता.

स्पॉट आला.

दोन मुलं सिगारेट ओढत उभी होती.

मागची मुलं ठरल्याप्रमाणे वेगानं पुढं आली. पुढची मुलं वळून जवळ आली. माझ्याजवळच्या मुलानं त्याच्या गळ्याला हात घातला.

चाललेला कालप्रवाह क्षणभर अचल झाला.

मी दगडासारखा अचल झालो होतो.

त्याही दिवशी त्याला माझ्यापासून दूर करायची माझी इच्छा नव्हती, आजही नाही. पण ते अनिवार्य होतं. तेव्हाही आणि आताही!

त्याचा खून चुकवता येणार नाही याची वेदना आणि असहाय्यतेची भावना आणि परिस्थिती यामुळं दगड होऊन गेलो. पण ती अवस्था दहा सेकंदाएवढीही नव्हती.

माझ्या मुलाच्या हातांची पकड त्याच्या गळ्यावर बसताच पुढच्या मुलांनी त्यानं विरोध करू नये म्हणून त्याचे हात-पाय घट्ट धरले.

मला आश्चर्य वाटलं. किंचीतही न तळमळता, न धडपडता तो शांत झाला!

क्षमा करा. माझ्या आश्चर्यामागचं कारण मला सांगितलंच पाहिजे. गळा दाबून खून केल्यानंतर जे काही घडतं, त्याचा तपशील दिल्यावरच मला वाटलेल्या आश्चर्याचा खुलासा होईल.

गळफास असो, हात असो वा आणखी काही वस्तू असो; कुठल्याही माणसाचा गळा दाबल्यानंतर श्वास रोखला जाऊन जीव जायला कमीत कमी पाच मिनिटं लागतात. काहीही केलं तरी तेवढा वेळ देह तळमळत राहातो. हाता-पायांत विचित्र शक्ती येऊन ते विरोध करू लागतात. श्वास आत असताना गळा दाबला तर डोळ्यांच्या गोट्या बाहेर येतात. श्वास सोडलेला असताना गळा दाबला तर जीभ बाहेर येते. यापैकी काहीही घडलं तरी देहाच्या विसर्जनाच्या क्रिया आपोआप घडतात.

म्हणूनच, तो काहीही हालचाल न करता निश्चल झाला तेव्हा मी हादरून गेलो!

"सोडा, सोडा! तो धडपडत नाही..." त्याचे हात पाय धरणाऱ्यांना सांगून मी त्याच्या गळा दाबणाऱ्याला दूर केलं.

तो... नाही! त्याचा देह खाली कोसळला. त्यानं प्राण सोडला होता!

सारेच अवाक् झाले होते.

अगदी तान्हं मूलही इतक्या अल्पावधीत जीव सोडणं शक्य नाही, हा आम्हा सगळ्यांचाच अनुभव होता. दहा सेकंदापेक्षाही कमी वेळ?

सगळे त्याच्याभोवती बसलो.

त्याच्या गळ्याला हात घातला, तेव्हाच त्यानं देह त्यागला होता. आम्ही त्याचा खून करायचा प्रश्नच आला नाही.

अंगावरचे कपडे उतरवावेत, इतक्या सहजपणे त्यानं प्राण सोडला होता. असं कुठलं तंत्र त्यानं आत्मसात केलं होतं?

सतत मृत्यूशी खेळणाऱ्या आम्हा सगळ्यांनाच त्याच्या त्या मृत्यूविषयी गूढ वाटले.

दहा मिनिटं आम्ही सगळे तसेच बसून होतो. नंतर एकेकजण उठून उभे राहिलो. महत्त्वाचं काम समोर होतं प्रेताची विल्हेवाट.

दोघंजण चरात उतरून देह कुठं ठेवून जाळावा याचा विचार करत होते. इतर दोघांनी त्याचे कपडे उतरवले. झाडाखाली उभा राहून मी अलिप्तपणे बघत राहिलो. त्याच्या देहावर कसलेही बदल झाले नव्हते.

तो गाढ झोपेत असावा, तसा दिसत होता.

त्याचा देह ओढत नेऊन त्या चरात उतरवला गेला. त्यावर सुमारे दहा लिटर रॉकेलमिश्रित पेट्रोल ओतण्यात आलं.

मी मनातल्या मनात त्याला शेवटचा सलाम ठोकला. मृतदेहापासून थोडं दूर राहून एकानं त्यावर पेटती काडी फेकली.

त्याचवेळी एक लहानशी अनपेक्षित घटना घडली.

दोन फूट रूंद आणि चार फूट खोल असा तो चर होता. पेटती काडी टाकणारा व्यवस्थित पाच फुटांवर होता. काडी पडताच भडका उडाला आणि पन्नास फूट लांबीच्या त्या चरात वाहात गेलेल्या रॉकेल-पेट्रोलच्या मिश्रणाबरोबर आग अत्यंत वेगानं चरात पसरली.

हे अपेक्षित नव्हतं. त्यामुळे खड्ड्यातून निवांतपणे चालणारी मुलं

घाबरून चरातच धावत सुटली. आगीचा लोळ काही क्षण त्यांचा पाठलाग करत राहिला.

पंचवीसेक फूट धावल्यावर ती मुलं कशीबशी धडपडत चराबाहेर येऊ शकली. देह चरात उतरवण्यासाठी ते दोघे चरात उतरले होते.

त्या दोघांची पावलं चांगलीच होरपळून गेली होती. दोघांच्या भुवयांचे केसही निम्म्यापेक्षा जास्त जळून गेले होते. तिथल्या थंड हवेत जखमांची आग जास्तच जाणवू लागली. ते विव्हळू, तळमळू लागले.

दहा मिनिटांत सगळे बॉसपाशी आलो.

सभोवताली काळाकुट्ट अंधार असल्यामुळं दूरवरची आगीची रेषा घराजवळूनही दिसत होती. त्या ज्वाला बघून कुणी चौकशीला आलं तर काय करायचं, म्हणून बॉस घाबरला होता.

पण कुणी आलं नाही.

मला शेजारी बसवून बॉसनं खुनाच्या तपशीलाची चौकशी केली. त्याच्या मृत्यूविषयी, झालेल्या मानसिक तयारीविषयी, त्यावेळी त्यानं कमावलेल्या स्थैर्याविषयी ऐकताना तोही अवाक झाला.

नंतर सिगारेट पेटवत त्यानं मौन मोडलं,

''आपण सगळेच अंडरवर्ल्डमधले आहोत. खून पाडायची आपल्याला सवय झालेली आहे. कुठं तरी बसलेले डॉन आपल्याहातून कुणा ना कुणाचे खून करवतच असतात. या डॉन पैकी कुणी कुणाला जीव दिलाय काय? त्यांना ते शक्य आहे का? डॉननं जीवन दिल्याचं एक तरी प्रकरण इतिहासात सापडेल काय? शी!'' त्यानं मनातला तिरस्कार व्यक्त केला.

खरं तर दुसरे दिवशी बंगळूरला परतायचं ठरलं होतं. पण दोन मुलं आगीत जखमी झाल्यामुळं त्या रात्रीच मी त्या दोन मुलांसह आणि माझ्या पोऱ्यासह निघालो.

हासनमध्ये त्या दोघांवर प्रथमोपचार करवून पहाटे पाचच्या सुमारास बंगळूरला पोहोचलो. त्या दोघांना नर्सिंग होममध्ये ॲडमिट करून परतलो.

नंतर झोपलो. पण झोप आली नाही.

त्यानं मृत्यूला ज्या प्रकारे आलिंगन दिलं होतं, ते दृश्य माझ्या

डोळ्यांसमोरून हलायला तयार नव्हतं. मला पूर्णपणे व्यापून राहिलं होतं ते!

सातच्या सुमारास आठवलं, त्याच्या मैत्रिणीला फोन केला पाहिजे. त्यानं माझ्यावर जो विश्वास दाखवला होता, त्याची परतफेड करायची ही एकुलती एक संधी होती.

मी उठलो. फोन केला.

आधी एका पुरुषानं फोन घेतला. नंतर रश्मी फोनवर आली.

त्याचं नाव सांगून मी त्याचा मित्र असल्याचं सांगितलं. तिनं कुठल्याही प्रकारचा उत्साह किंवा उद्वेग न दर्शवता थंड आवाजात फोनमागचं कारण विचारलं.

मी सावकाश, अगदी सावकाश, तिच्या मनाला धक्का बसू नये अशा प्रकारे दोन दिवसांपूर्वी तो ॲक्सिडेंटमध्ये मरण पावल्याचं सांगितलं.

त्याच थंडपणे ती म्हणाली, ''वाटलंच होतं मला! रोज रात्री येणारा त्याचा फोन यायचा थांबला तेव्हाच माझ्या मनाची खात्री झाली होती, त्याचं काही तरी वाईट झालेलं असलं पाहिजे! शिवाय काल रात्री स्वप्नातही आला होता. जातोय, क्षमा कर म्हणाला!...'' बोलता बोलता तिचा बांध फुटून आवाज कापरा झाला.

''काल? स्वप्नात तुमचे कपडे कुठले होते?'' मी उत्तेजित होऊन विचारलं.

''का?''

''प्लीज!''

''बहुतेक पांढरा सलवार-कमीज! पण तुम्ही का विचारताय?''

''काल त्यांनंही हेच सांगितलं...''

''याचा अर्थ तो दोन दिवसांपूर्वी वारला नाही!...''

तिच्या भावना अनावर होऊन आवाजाला कंप सुटला. मनात कोंडलेलं दुःख उसळून बाहेर आलं.

''देव तुझं कल्याण करो! टेक केअर!'' जेमतेम एवढं बोलून मी रिसीव्हर ठेवून दिला.

आजही विचार करतोय. त्या खुनात - तो खून नव्हता असा माझा गाढ विश्वास आहे - माझी काय चूक? त्यासाठी मी कितपत जबाबदार आहे?

मग मी स्वत:लाच समजावतो- कुठल्याही प्रकारे नाही!

पण एकटा असताना, अगदी एकटा असताना त्याचा चेहेरा नजरेपुढं तरळू लागतो तेव्हा माझ्याही नकळत मनात उद्गार उमटतो,'
'क्षमा कर, दोस्ता! मला क्षमा कर!'

■■■

CPSIA information can be obtained
at www.ICGtesting.com
Printed in the USA
BVHW052244280621
610637BV00005B/1171

9 788184 980189